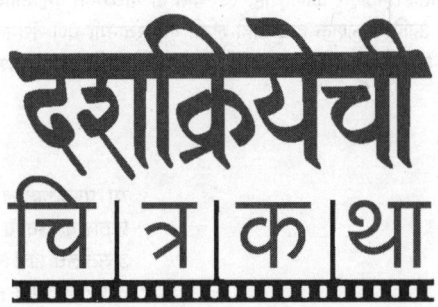

दशक्रियेची चित्रकथा

संजय कृष्णाजी पाटील

साकेत प्रकाशन

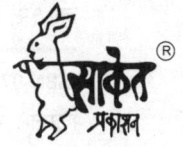

दशक्रियेची चित्रकथा
चित्रपट निर्मिती
संजय कृष्णाजी पाटील

प्रकाशन क्रमांक - १८६७
पहिली आवृत्ती - २०१९

प्रकाशक
साकेत बाबा भांड
साकेत प्रकाशन प्रा. लि.
११५, म. गांधीनगर, स्टेशन रोड
औरंगाबाद - ४३१ ००५
फोन - (०२४०)२३३२६९२/९५
www.saketpublication.com
info@saketpublication.com

पुणे कार्यालय
साकेत प्रकाशन प्रा. लि.
ऑफिस नं. ०२, 'ए' विंग
पहिला मजला, धनलक्ष्मी कॉम्प्लेक्स
३७३ शनिवार पेठ
कन्या शाळेसमोर, कागद गल्ली
पुणे - ४११ ०३०
फोन - (०२०) २४४३६६९२

Dashkriychi Chitrakatha
Making of Dashkriya
Sanjay Krusnaji Patil

© सर्व हक्क सुरक्षित, २०१९

संजय कृष्णाजी पाटील
२/२०२, गणेश अपार्टमेंट
जुन्या पोस्टऑफिसजवळ, पनवेल
जि. रायगड - ४१० २०६
मो. - ९९३०७७२८९९
sanjaykpatil1967@gmail.com

अक्षरजुळणी : धारा प्रिंटर्स प्रा.लि.
मुखपृष्ठ : संतुक गोळेगावकर
आतील छायाचित्रे : किशोर निकम

मुद्रक :
प्रिंटवेल इंटरनॅशनल प्रा. लि.
जी-१२, चिकलठाणा, औरंगाबाद

ISBN-978-93-5220-212-6

किंमत : २०० रुपये

सौ. स्वातीस.

तुझा पाठिंबा आणि सहनशीलता याच्या
जोरावर मी चालतो आहे हे जाहीरपणे
व्यक्त करणे आवश्यक आहे.

तुझे ऋण न मानता ऋणातच राहणे श्रेयस्कर आहे.

ऋणनिर्देश

एन. चंद्रा, राजदत्त, डॉ. प्रभा गणोरकर,
वसंत आबाजी डहाके, दिनकर गांगल,
सौ. कल्पना विलास कोठारी, सतीश जकातदार,
सौ. वैभवी आणि प्रमोद पवार,
सौ. करुणा त्र्यंबक बागेश्वर,
मिलिंद लेले, संदीप भालचंद्र पाटील,
अभिजित जयवंत झुंजारराव, अभिजित घोरपडे (उपजिल्हाधिकारी),
कविता गगराणी, सुभाष एंगडे, सुनील सांगळे

अनुक्रम

प्रस्तावना

१९८२ ची गोष्ट.

'ग्रंथाली' अभिनव वाचक चळवळीची उभाआडवा महाराष्ट्र पालथा घालणारी 'ग्रंथयात्रा' त्यावर्षी निघाली होती. कोल्हापूर-मुक्कामी अनौपचारिक गप्पांच्या दरम्यान ह.मो. मराठे जोरजोरात म्हणाले,

"मी चुकूनसुद्धा या सिनेमावाल्यांना माझी कथा, कादंबरी देणार नाही. साहित्यकृतीची ते वाट लावतात."

कार्यकर्ता म्हणून या ग्रंथयात्रेत सहभागी झालेला मी बाजूला उभा राहून या गप्पा ऐकत होतो. मला राहावलं नाही. मी पुढे झालो आणि म्हणालो,

"हमो, तुम्ही म्हणता हे अर्धसत्य आहे. उरलेलं अर्धसत्य म्हणजे जगात अशीही काही उदाहरणे आहेत की, साहित्यकृतींवरून तसेच नाटकांवरूनही उत्तम चित्रपट बनलेले आहेत."

हमोंची आणि माझी ओळख नव्हती; परंतु तिथे असलेल्या अरुण साधू यांना मी 'प्रभात चित्र मंडळा'चा कार्यकर्ता आणि सिनेपत्रकार म्हणून परिचित होतो. त्यांना माझं कौतुक वाटलं आणि त्यांनी मला माझा मुद्दा अधिक स्पष्ट करायला सांगितलं. त्यावर मी दोन चार वाक्यच बोललो; परंतु त्यात एक मुद्दा ठासून मांडला की पटकथाकार आणि दिग्दर्शक यांना जितकं साहित्य ते सिनेमा

हे माध्यमांतर कळायला हवं तितकंच ते साहित्यिकानंही समजून घ्यायला हवं, म्हणजे मग 'माझ्या कलाकृतीची वाट लावली' असं तो म्हणणार नाही. माध्यमांतर हा माझ्या सिनेमाविषयक अभ्यासातील विशेष कुतूहलाचा विषय तोवर होताच; परंतु तो असा प्रथमच जाहीरपणे व्यक्त झाला आणि मग तिथून मी त्याचा सतत माग काढत आलो. संधी मिळेल तेव्हा लिहीत - बोलत आलो. तिशीत होतो तेव्हा तावातावाने, तर नंतर नंतर जमेल तेवढं सौम्यपणाने. ज्या विषयातलं आपल्याला कळत नाही, किंबहुना वरवरचं कळतं, त्यावर लोक ठामपणे बोलतात तेव्हा तो विषय ज्याच्या सततच्या चिंतन - मननाचा असतो त्याचं टाळकं सटकतं. माझंही तसंच होतं.

मुंबई विद्यापीठात एका राऊंड टेबल चर्चासत्रात पटकथा हाच विषय होता आणि प्रा.प्र.ना. परांजपे बोलून गेले.

"पटकथा हेदेखील वाङ्मय आहे."

मी श्रोतृवर्गातला होतो. तोवर शांतपणे श्रवणभक्ती करणारा मी या विधानावर खवळलो आणि घुसलोच चर्चेत.

"पटकथा ही मुळीच साहित्यकृती नाही. नसते. अगदी त्याचं पुस्तक छापलं तरीही. ते पुस्तक सर्वसामान्य वाचक कथा -कादंबरीसारखं वाचत नाहीत. ज्यांना पटकथेबद्दल कुतूहल असतं त्यांच्यापुरतं त्याचं छापील अस्तित्व असतं."

त्यानंतर बराच काळ लोटला. मधल्या काळात मी जगभरचे असंख्य चित्रपट पाहिले. अभ्यासले. चित्रपटावरची केवढी तरी पुस्तके वाचून या माध्यमाचा सर्वांगाने अभ्यास करत आलोय आणि आजही माझं तेच मत आहे की, पटकथा ही साहित्यकृती नव्हे! तरीही जगभर सरसकट नव्हे तर मोजक्या पटकथा पुस्तक रूपाने प्रकाशित केल्या जातात. त्यात मुख्यतः दोन हेतू असतात. एक तर तो चित्रपट अभिजात किंवा गाजलेला असतो किंवा तो माध्यमांतरातून आकाराला आलेला असतो. संजय कृष्णाजी पाटील यांचं 'दशक्रियेची पटकथा' हे पुस्तक या दुसऱ्या प्रकारातलं आहे. त्याचं महत्त्व हे त्यासाठी आहे. जवळपास तीसेक वर्षांपूर्वी गाजलेल्या, ख्यातनाम लेखक बाबा भांड यांच्या 'दशक्रिया' या कादंबरीवरून त्यांनी पटकथा लिहिली आहे. तिचा चित्रपट संदीप पाटील यांनी दिग्दर्शित केला आहे. त्याला राज्य आणि राष्ट्रीय पातळीवरचे बरेच पुरस्कार लाभले आहेत. प्रस्तुत विषयाच्या संदर्भात आवर्जून नोंदायचं म्हणजे संजय कृष्णाजी

पाटील यांना सर्वोत्कृष्ट पटकथाकार म्हणून राज्य आणि राष्ट्रीय पुरस्कार लाभलेला आहे. आणखी स्पष्ट करून सांगायचं तर 'बेस्ट अॅडोप्टेड स्क्रिप्ट' या विभागातला हा राष्ट्रीय पुरस्कार आहे. तेव्हा केलं होतंच; परंतु यानिमित्ताने संजय कृष्णाजी पाटील, दिग्दर्शक संदीप पाटील आणि मूळ कादंबरीकार बाबा भांड यांचं पुनश्च अभिनंदन करतो.

साहित्य किंवा नाटक ते सिनेमा हा माध्यमांतराचा प्रवास सोपा नाही. 'शिवधनुष्य उचलण्या'चाच प्रकार आहे हा. याकडे पाहण्याचा पहिला दृष्टिकोन कशाप्रकारचा आहे त्याचं नेमकं भान वर उल्लेख केलेल्या ह.मो.मराठे यांच्या वक्तव्यातून आलंच आहे. ते अधिक स्पष्टपणे कळावं म्हणून जगभर गाजलेला एक विनोद सांगतो.

हॉलीवूडच्या युनिव्हर्सल स्टुडिओच्या गेटबाहेर असलेल्या कचराकुंडीतून काहीबाही काढून दोन गाढवं खात असतात. पहिला दुसऱ्याला विचारतो,

"काय खातोयस ? "

"अमुक अमुक चित्रपटाची रिळं."

"कशी आहेत चवीला ? "

दुसरं गाढव तोंड वेंगाडत म्हणत,

"अशीतशीच आहे. पण गेल्या आठवड्यात ज्या कादंबरीवरून हा चित्रपट केला त्याची पानं खाल्ली होती. ती मात्र भलतीच चविष्ट होती."

म्हणजे हा 'युनिव्हर्सल' आजार आहे, म्हणायचा. साहित्यप्रेमी, मग ते खुद्द लेखक असोत वा वाचक, त्यांना हा विनोद फार म्हणजे फारच आवडतो. दोन्ही माध्यमं समजून घेत माध्यमांतर नेमकं समजून घेण्याचा प्रयत्न करणारे मात्र या विनोदावर दोन प्रकारे हसतात. एक, वर म्हटल्याप्रमाणे अर्धसत्य माहीत असल्यामुळे विनोद म्हणून आणि दुसऱ्या प्रकारे म्हणजे उरलेलं सत्य न उमगलेल्यांच्या समजीला ! अमुक कलाप्रकारापेक्षा तमुक कलाप्रकार श्रेष्ठ अशी आग्रही भूमिका घेणारेच मुख्यतः अशी वरवरची टिप्पणी करतात.

कथा - कादंबऱ्या आणि एकांकिका - नाटक यातून मुख्यतः गोष्टच सांगितली जाते. चित्रपटही स्टोरीटेलिंग करत असतो. परंतु कथा सांगण्याची या माध्यमांची आपापली पद्धत आहे. असते. एक प्रयोग करून बघा. एक छोटंसं गोष्टीचं पुस्तक घ्या. तिघांना वाचायला द्या आणि मग त्यांना तीच गोष्ट सांगायला

सांगा. एकच गोष्ट तीन प्रकारे सांगितली जाईल. कारण 'माध्यमं' वेगवेगळी आहेत. त्या तिघांशी, का रे तुम्ही एकच गोष्ट वेगवेगळ्या प्रकारे सांगता असं भांडण उकरून काढल्यासारखं बोलता येईल का ? सहज लिहिता लिहिता भांडण हा शब्द इथे आलेला नाही. नेमक्या जाणिवेनेणिवेतून तो आला आहे. कारण जेव्हा जेव्हा साहित्यकृतीवरचा सिनेमा असा विषय येतो तेव्हा बहुतांश आणि मुख्यतः साहित्यप्रेमी भांडतच सुटतात. म्हणे सिनेमावाले साहित्यकृतीची वाट लावतात!

यांच्यात आणखी एक प्रकारचे लोक असतात. पटकथालेखन शिकवताना मी त्यांची छानशी नक्कल करतो. ते काय करतात ? जेव्हा एखाद्या कादंबरीवरचा चित्रपट बघायला जातात तेव्हा ते चित्रपट सुरू झाला रे झाला की पान क्र. १, पान क्र. २ या क्रमाने डोक्यातल्या कादंबरीची पानं उलटत राहतात आणि त्याबरहुकूम समोर पडद्यावर आलंय की नाही याची झाडाझडती घेतात. तसं ते अर्थातच नसतं आणि मग बोंबलत सुटतात..अन्याय...अन्याय...

मी याआधी म्हटलेलंच आहे की माध्यमांतराच्या संदर्भात सिनेमावाल्यांवर होणारे आरोप म्हणजे अर्धसत्य आहे. म्हणजेच सिनेमावाले साहित्यकृतीची वाट लावतच नाहीत असंही मला म्हणायचं नाही. परंतु उर्वरित सत्य समजून, जाणून न घेता असं बोलणं कुणाच्याच हिताचं नाही एवढा मात्र माझा आग्रही मुद्दा आहे. कथा-कादंबरीवर असा अन्याय का होतो ? कारण अगदी सोप्पं आणि सहज समजण्यासारखं आहे. ते म्हणजे हे माध्यमांतर करणाऱ्याला दोन्ही माध्यमांपैकी एकातलंच कळतं किंवा दोन्हीतलं थोडं म्हणजे अर्धवट कळतं. सगळं मुसळ केरात जातं ते यामुळे ! माध्यमांतराच्या बाबतीत सत्यजित राय यांनी एक अतिशय मोलाचा धडा देऊन ठेवलाय. ते म्हणतात, "ज्या कथा - कादंबरीवरून तुम्हाला पटकथा लिहायची आहे ती एकदोनदा नव्हे, तर अनेकदा वाचा. त्यातली गोष्ट, व्यक्तिरेखा, त्यांचे परस्पर नातेसंबंध, या सर्वांना असलेला सामाजिक - राजकीय - आर्थिक - भौगोलिक - सांस्कृतिक संदर्भ आणि कथेची उपजत लय समजून घ्या. तुमच्यात ती पुरेशी मुरू द्या आणि मग तुम्ही हे सारं सिनेमाच्या भाषेत पटकथेद्वारा नव्याने गोष्ट सांगितल्यासारखं सांगा. असं जेव्हा घडत नाहीत तेव्हाच असे आरोप होऊ शकतात. वाद होऊ शकतात."

कथा - कादंबरीत प्रसंग असतात. त्यात भरपूर तपशील आलेले असतात. कारण जे सांगायचं आहे ते शब्दातूनच मांडायचं आहे. अगदी एखादं हुबेहूब दृश्य जरी उभं करायचं झालं तर त्याला शब्दांचा आधार घ्यावा लागतो आणि ती शब्दरचना वाङ्मयीन भाषेच्या आधारे येते. चित्रपटात एखाददुसऱ्या शॉटमधून हा तपशील तितक्याच प्रभावीपणे दाखवता येतो. चित्रपटाच्या भाषेचं हे एक ढोबळच उदाहरण आहे. साहित्यकृती काय किंवा चित्रपट काय, त्यांची स्वतःची अशी भाषा आहे. त्यांचं स्वतःचं असं सौंदर्यशास्त्र आहे. चित्रपटात संवाद असतात म्हणून कुणी नाटक घेऊन लगेचच शूटिंगला सुरुवात नाही करू शकत. (मराठी चित्रपटात हे घडू शकतं. कारण तिथे पटकथा म्हणजे भरताड संवादाच्या चोपड्या असतात) कारण नाटकातले आणि चित्रपटातले संवाद यांची जातकुळी वेगळी असते. पुन्हा या संदर्भातलं एक ढोबळ उदाहरण देतो. नाटकात सारं काही संवादातून सांगायचं असतं, तर चित्रपटात मोजक्या आणि आवश्यक संवादातून व्यक्तिरेखांना व्यक्त व्हायला लावायचं असतं. हे सर्व तपशीलवार मांडणी करून निश्चितच विशद करता येईल. मात्र 'दशक्रियेची पटकथा' या विषयाच्या स्वरूपात तूर्तास एवढेच पुरे. फक्त एकाच मुद्याला जाता जाता स्पर्श करतो. कथा, कादंबरी, नाटक यावरच चित्रपट बेतलेले असतात असं नव्हे तर चक्क एखादी कविताही चित्रपटाला 'कथा' पुरवू शकते. याची चटकन आठवणारी उदाहरणं म्हणजे स्वित्झर्लंडमधल्या लोकार्नो आंतरराष्ट्रीय चित्रपट महोत्सवात पाहिलेला 'अल मदिना' हा इजिप्तचा चित्रपट. तो जगप्रसिद्ध ग्रीक कवी कावाफी यांच्या एका कवितेवर आधारलेला होता. अलीकडेच मी टोरांटो महोत्सवात पेला कॅगरमन आणि ह्युगो लिया दिग्दर्शित विज्ञानपट 'अनिआरा' पाहिला. तो स्वीडनचे नोबेल पुरस्कारप्राप्त हॅरी मार्टिनसन यांच्या भविष्यवेधी महाकाव्यावर बेतलेला होता.

भारतीय चित्रपटाच्या इतिहासात माध्यमांतराची खूप उदाहरणे आहेत. त्यात जशी फसलेली आहेत तशी उत्तम जुळून आलेलीही आहेत. वर म्हटल्याप्रमाणे हे सहजा सहजी साधणारं काम नव्हे. ते 'डिमांडिंग' आहे. मूळ साहित्यकृती आणि तो तो चित्रपट असं पुन्हा पुन्हा वाचून / पाहून हे माध्यमांतर तपासलं पाहिजे. तो एक स्वतंत्र महालेखनाचा विषय आहे. इथे माध्यमांतराच्या संदर्भात म्हणजे ते योग्य, चांगलं घडून येण्यासाठी ज्या महत्त्वाच्या गोष्टी आवश्यक आहेत

त्याकडे लक्ष वेधायचं आहे आणि ते पुन्हा संजय कृष्णाजी पाटील यांच्या 'दशक्रियेची चित्रकथा' या पुस्तकाच्या संदर्भात ! त्यांना माझ्याकडून प्रस्तावनेची अपेक्षा आहे. मी मात्र माझ्या आजवरच्या अभ्यासातून हाती आलेली काही निरीक्षणे मांडत 'कादंबरी ते पटकथा' या त्यांच्या प्रवासाबाबत अशीच काही निरीक्षणे मांडण्याचा प्रयत्न करणार आहे.

कथा - कादंबरीवरून पटकथा लिहायची असेल तर पटकथाकाराने ती अनेकदा वाचून आपल्यात मुरवली पाहिजेपासून सुरू होणारा प्रवास संजय पाटील यांनी जाणीवपूर्वक आणि जबाबदारीने केला आहे. त्यांनी कादंबरी किती वेळा वाचली मला माहीत नाही. परंतु यासंदर्भात त्यांनी जे जे केलं त्यातून ही 'मुरवण्याची' प्रक्रिया त्यांनी पार पाडली हे त्यांचं मनोगत वाचताना आणि प्रत्यक्ष चित्रपट पाहताना खचितच जाणवतं. अन्यथा हे माध्यमांतर वरवरचं झालं असतं. कादंबरीचं आणि त्यातल्या आशयाचं अंतरंग जाणून घ्यायचा प्रयत्न त्यांनी जाणतेपणाने केला आहे. ज्यावेळी ही कादंबरी आली तेव्हा इतर अनेक साहित्यप्रेमींप्रमाणेच त्यांनी ती वाचली. मीही त्याचवेळी आणि तेवढीच एकदा वाचली. 'अतिशय वेगळा, अस्वस्थ करणारा, प्रसंगी हादरवून टाकणारा अनुभव दशक्रिया' ने त्यावेळी दिला. संजय पाटील यांच्याही गाठीला हे होतंच आणि मग ध्यानीमनी नसताना या चित्रपटासाठी पटकथा लिहिण्याचा प्रस्ताव त्यांच्याकडे आला. त्यांनी लगेचच ती पुन्हा वाचली. लिखाण सुरू करण्यापूर्वी त्यांना पहिली गरज भासली ती हे कथानक ज्या भौगोलिक परिसरात घडतं तो पाहण्याची. औरंगाबाद आणि विशेषतः पैठण इथले घाट, देवळं, तिथे होणारे दशक्रियेचे विधी, कादंबरीतल्या किरवंत ब्राह्मणांच्या आर्थिक स्तरांप्रमाणे असलेली त्यांची घरं, त्यांचं राहणीमान, दूर-दुरून हा विधी करण्यासाठी आलेल्यांचा फायदा - गैरफायदा उठविण्यासाठी उभी राहिलेली बाजार व्यवस्था आणि मुळात लहान मुलांचा यातला वावर हे सारं पर्यावरण समजून घेतल्याशिवाय केवळ कादंबरी वाचून ही पटकथा लिहिणं शक्य नव्हतं. संजय पाटील यांनी सर्वांत आधी हे केलं. मुख्य म्हणजे त्यांच्या सोबतीला दिग्दर्शक संदीप पाटील आणि निर्मितीत सहभागी होणारी मोजकी मंडळी होती. त्यामुळे या केवळ पटकथालेखनासाठी केलेल्या 'रेकी' तून चित्रपटाला भरभक्कम परिसर लाभला - एखाद्या दमदार व्यक्तिरेखेसारखा ! लिहायला घ्यायच्या पटकथेला आणि

पर्यायाने चित्रपटाला आवश्यक आणि उठावदार, परिणामकारक नाट्य पुरवणारी दृश्यात्मकता लाभली.

दुसरी महत्त्वाची गोष्ट संजय पाटील यांनी केली आणि ती म्हणजे कादंबरीकार बाबा भांड यांच्याशी सविस्तर चर्चा केली. कादंबरी ते चित्रपट या प्रवासात लहान - मोठे बदल आवश्यकच असतात. कादंबरीतलं बरचसं गरजेचं नसतं म्हणून चित्रपटात येत नाही; तसंच तिथे नसलेलं म्हणजे काही व्यक्तिरेखा आणि प्रसंग आणावे लागतात. मुळातल्या काही व्यक्तिरेखा, त्यांचे नातेसंबंध, प्रसंग, त्या घडण्याच्या जागा चित्रपट माध्यमाच्या गरजेनुसार बदलाव्या लागतात. हे सर्व करताना कादंबरीच्या गाभ्याला धक्का लागणार नाही याचीही पुरेपूर दक्षता घ्यावी लागते. संजय पाटील यांनी ती घेतलेली दिसते. बऱ्याच तपशिलांसकट कादंबरीचा आशय अजून माझ्या स्मरणात आहे, त्यामुळे 'तिथलं' - 'इथे' नेमकं आलंय असं म्हणता येईल. कादंबरीकार बाबा भांड यांचं यावरचं भाष्य या पुस्तकालाच नव्हे तर माझ्यासारख्या माध्यमांतराच्या अभ्यासकांनाही फायद्याचं ठरलं असतं. कारण कादंबरीकार आणि पटकथाकार यांच्यात इथे बेबनाव दिसत नाही. आणि पटकथाकाराने आवश्यक ते बदल किंवा नव्याने काही गोष्टी तर आणल्या आहेत. त्यामुळे कादंबरीकाराने हे सारे बदल कसे स्वीकारले हे उमजलं असतं आणि माध्यमांतराकडे पाहण्याचा साहित्यिकाचा दृष्टिकोनही कळला असता.

याआधी म्हटल्याप्रमाणे चित्रपटाची गोष्ट सांगण्याची पद्धत वेगळी असते. हजारभर पानांची कादंबरीही 'ॲप्ट आणि प्रिसाईज' असू शकते; परंतु चित्रपट, मग तो स्वतंत्र कथेवरचा असो वा साहित्यकृतीवरचा असो तसेच कितीही लहानमोठा असो तो नेमकाच असावा लागतो. त्यात फापटपसारा चालत नाही. संपूर्ण कादंबरी वाचक एका बैठकीत फारच क्वचित वाचतो. मात्र चित्रपट एकाच बैठकीत पाहावा लागतो. त्यामुळे त्यात जरासुद्धा अनावश्यक काही आलं की चित्रपटाची लय बिघडते. प्रेक्षक बोअर होऊ शकतो. हे सारं पटकथाकाराला ज्ञात असावंच लागतं. इथे माध्यमांतराच्या संदर्भात असा 'ॲप्ट आणि प्रिसाईज' चित्रपट आकाराला आणण्यासाठी पटकथाकाराला हे बदल आवश्यक ठरतात. एक छोटंसं परंतु महत्त्वाचं उदाहरण इथे देणं सयुक्तिक ठरेल. कादंबरीत भान्या आणि त्याच्यासारखं घाटावर काम करणारी मुलं आहेत. परंतु या इतर मुलातल्या

एकाला तरी नाव आणि ठसठशीत व्यक्तिमत्त्व चित्रपटासाठी आवश्यक होतं. त्यातून नाट्य तर येतच; परंतु भान्याच्या व्यक्तिमत्त्वाला एक वेगळी मिती लाभते. संजय पाटील यांनी त्यातलं एक पोरगं उचललं आणि त्याला भान्याच्या सोबत जोडलं. त्यामुळे 'लहान रेघ मोठी रेघ' या शास्त्रानुसार पोराटोरांमधली भान्याची व्यक्तिरेखा अधिक ठसठशीत होते. नुसतं पात्र जन्माला घालून जमत नाही तर त्याला तसंच वैशिष्ट्यपूर्ण नाव द्यावं लागतं. भान्याच्या या दोस्ताला नाव मिळालं - 'किरकिऱ्या' ! त्याचं नाव असं का हे सांगताना भान्या जे काही बोलतो त्यातून थोडीशी गंमत घडून येतानाच चित्रपटात जाता जाता थोडा रिलीफ येतो. इतकंच नाही तर हजरजबाबीपणातून किंवा स्ट्रीटस्मार्ट मुलांच्या अवखळ तितक्याच एकप्रकारच्या तार्किक बोलण्यातून भान्याची व्यक्तिरेखा अधिक स्पष्ट होते. 'मोटा शाणाच हैस' असं ऐकून घेणाऱ्या भान्याच्या आयुष्यातील पुढच्या वळणावरच्या उद्ध्वस्त अवस्थेला त्याने बळ येतं. कारण तो 'शहाणा' च आहे.

कादंबरीतल्या दारुड्या विठ्ठलचा कामावर असताना मशीनमध्ये पाय अडकतो आणि तो पांगळा होतो. चित्रपटात, दारू पिऊन कामावर येतो म्हणून साहेब त्याला निलंबित करतो. इथे तो सरकारी नोकरीत आहे. साहेबाची मनधरणी करायला त्याची बायको शांता साहेबाकडे केविलवाणी होत खेपा घालते. यामुळे विठ्ठल आणि शांता यांच्या व्यक्तिरेखा केवळ नाट्यमयच होत नाहीत, तर त्यांच्या दरिद्री परिस्थितीलाही 'दृश्यमयता' लाभते आणि ते अस्वस्थ करतं. चित्रपट हे 'दृश्य' माध्यम आहे ते हे असं !

पटकथालेखनाची गाडी कधी कुठे अवचित अडकून पडेल सांगणं कठीण. पाटलांना तोही अनुभव आला. स्वतःचीच कथा असेल तर गोष्ट पुन्हा वेगळी. त्यामुळे इथे मार्ग काढताना काही एक भान ठेवणं आवश्यकच ठरतं. आणि तेच काहीसं उधळून द्यावं असा प्रसंग पटकथाकार पाटलांवर आला. तो आणला दिग्दर्शक असलेल्या दुसऱ्या पाटलाने - संदीप पाटीलने. पुढे काही सुचेनाशा अवस्थेत असताना, संदीपने सुचवलं की पत्री सरकारचा मृत्यू दाखवला तर..? आणि तिढा सुटावा तसा मार्ग निघालाच; परंतु पुन्हा एकदा माध्यमांतराच्या अंगाने महत्त्वाचं असं काही घडलं. पटकथा कशी पुढे न्यायची हा तिढा सोडवताना पटकथेत या मृत्यूमुळे एक नाट्यमय तिढाच निर्माण झाला आणि त्यामुळे क्लायमॅक्सला अतिशय भरीव, भरदार असं नाट्य प्राप्त झालं. परंतु

मूळ कादंबरीत तसं नाही. बरीच रात्र झाली होती तरीही संजय पाटील यांनी बाबा भांड यांना फोन लावला आणि हा क्लायमॅक्स सांगितला. त्यावर ते जे म्हणाले ते पाटील यांच्या मनोगतात आहेच; परंतु मी करत असलेल्या विवेचनाच्या पुष्ट्यर्थ ते इथे देतो. ते म्हणाले,

"मी एकदा कादंबरी तुमच्या हवाली केलीय. ती किती आणि कितीदा मोडायची हा तुमचा विषय आहे. जे काही कराल ते अत्यंत चांगलं आणि तुमच्या 'जोगवा' च्या लौकिकाला साजेलसं करा म्हणजे झालं. माझ्या तुम्हाला शुभेच्छा आहेत."

बाबा भांड यांनी 'कादंबरी ते चित्रपट' या प्रवासावर कादंबरीकार म्हणून याच पुस्तकात लिहायला हवं होतं असं मी वर म्हटलं आहे. परंतु त्यांच्या या उद्गारातून ते काही प्रमाणात आलंय असं मला वाटतं. चित्रपट हे काही आपलं माध्यम नाही त्यामुळे त्यातल्या जाणकारांनी आपल्या क्षमतेनुसार चांगलं असं काही करावं अशी त्यांची काहीशी अलिप्त भावना आहे. इतकी की 'किती आणि कितीदा मोडायचं' याचंही स्वातंत्र्य त्यांनी पटकथाकाराला दिलंय. कादंबरीवर बेतलेल्या पटकथालेखनासाठी हे आवश्यकच असते. त्यांनी आणखी एक महत्त्वाच्या उल्लेख त्या छोटेखानी संवादात केलाय. 'जोगवा' च्या लौकिकाचा त्यांनी संदर्भ दिलाय. माध्यमांतराच्या संदर्भातलं मराठी चित्रपटातलं आणि संजय पाटील यांच्या कारकिर्दीतलं ते लक्षणीय उदाहरण आहे. राजन गवस यांच्या 'चोंडकं' आणि 'भंडारभोग', चारुता सागर यांची 'दर्शन' ही कथा अशा तीन साहित्यकृतींवर त्यांनी 'जोगवा' लिहिला. हा त्यांचा एक आगळा विक्रमच म्हणावा लागेल. त्याची गाणीही त्यांनीच लिहिली. विश्वास पाटील यांच्या 'पांगिरा' वर त्याच नावाचा चित्रपट आला. त्याची पटकथा त्यांचीच होती. अशोक व्हटकर यांच्या 'बहात्तर मैल' ची पटकथाही त्यांनीच लिहिली. त्यामुळे साहित्यकृतींवर चार सातत्यपूर्ण चित्रपट लिहिणारे सहज आठवतील असे ते मराठी चित्रपटसृष्टीतील एकमेव पटकथाकार आहेत.

मराठीत सर्व मिळून पटकथांची पुस्तकं दहासुद्धा नसतील. त्यात आता ही एक भर पडली आहे. पटकथा लेखन, त्याहीपेक्षा साहित्यकृतींवर आधारित चित्रपटांचे पटकथालेखन यांचा अभ्यास करणाऱ्या वा त्याप्रकारची पटकथा लिहिण्याची उमेद बाळगणाऱ्या लेखकांना 'दशक्रियेची चित्रकथा' उपयोगाची

ठरेल, एवढे मात्र नक्की. मी सतत पटकथा असं म्हणत आलोय. पटकथेत संवाद हे गृहीत धरलेले असतात, त्यामुळे पटकथा - संवाद असं मी म्हटलेलं नाही. त्यात संजय पाटील यांनी स्वतःच संवाद लिहिलेले असल्यामुळे तसा स्वतंत्र उल्लेख केलेला नाही.

'दशक्रियेची चित्रकथा' आणि संजय पाटील यांना माझ्या शुभेच्छा !

- अशोक राणे

दशक्रिया कादंबरी ते दशक्रिया चित्रपट

: १ :

दि. ३० सप्टेंबर २०१३ या तारखेला सोमवार होता. हा दिवस आणि तारीख मरेपर्यंत माझ्या कायमस्वरूपी स्मरणात राहील याची मुख्यतः दोन कारणं आहेत. एक म्हणजे या दिवशी मा. नरेंद्रजी मोदी यांची २०१४ च्या लोकसभा निवडणुकी आधीची मुंबई मधली पहिली जाहीर सभा होती. मी त्यावेळी महाराष्ट्र राज्याचा पुरातत्त्व विभागाचा संचालक होतो. या कार्यालयाचं मुख्यालय आहे छत्रपती शिवाजी महाराज टर्मिनल स्टेशनजवळ पी. डिमेलो रोडवरच्या सेंट जॉर्ज हॉस्पिटलच्या आवारात. ब्रिटिशांचं छोटंसं शस्त्रागार इथल्या सेंट जॉर्ज किल्ल्यामध्ये होतं. कालांतराने हा किल्ला राज्य संरक्षित स्मारक म्हणून अधिसूचनेद्वारे राज्य शासनाकडून घोषित करण्यात आला. पूर्वनियोजित कार्यक्रमानुसार मला घोडबंदर किल्ल्याला प्रशासकीय भाग म्हणून भेट द्यायची होती. मात्र मुंबईच्या पश्चिम उपनगरामध्ये एक मोठी सभा होऊ घातलेली होती आणि त्यामुळे असंख्य माणसांची, वाहनांची वर्दळ होऊन रस्ते वाहतुकीचा बोजवारा उडाला तर कुठे अडकायला नको म्हणून मी माझी भेट रद्द करून कार्यालयीन कामकाजात बुडून गेलो.

दुपारी दोनच्या सुमारास मला अमित सावंत (संगीतकार अमितराज) यांचा अत्यंत घाबऱ्याघुबऱ्या आवाजामधला फोन आला की, "दादा जरा शांतपणे

ऐका. एक अत्यंत वाईट आणि धक्कादायक बातमी घडलीय इकडे. आपले दिग्दर्शक राजीव पाटील सकाळपासून फोनही उचलत नव्हते आणि दरवाजाही उघडत नव्हते. म्हणून मग राजूचा भाऊ प्रशांत आणि इतरांनी दरवाजा तोडला तर राजीव आत निश्चलपणे पडून होता. लगबगीने त्याला जवळच्या एका दवाखान्यात नेलं तर डॉक्टर म्हणाले की, पहाटेच कधीतरी त्यांनी हे जग सोडलंय. बहुधा हार्ट अटॅक असावा. त्यांचं शरीर लाकडासारखं ताठ झालंय. आम्ही ही डेड बॉडी घेवून आता बोरीवलीच्या भगवती रुग्णालयात चाललोय. पोस्ट मार्टेम करावं लागेल. नाशिकला आईंना आणि सुवर्णाला (राजीवची पत्नी) कळवावं लागेल. प्रशांत तर पिसाटल्यासारखा करायला लागलाय. दादाऽऽ तुम्ही प्लीज लवकरात लवकर या." असे म्हणून अमित फोनवर ढसाढसा रडायला लागला. त्याचा आवाज ऐकता ऐकता मी बधिर झालो आणि भोवंडल्यासारखा खुर्चीत कोसळलो. मला जरासे वास्तवाचे भान आले तेव्हा माझे सहकारी भालचंद्र विनायक कुलकर्णी आणि शिपाई बंदरकर माझ्या तोंडावर पाणी मारून मला पाणी पाजण्याचा प्रयत्न करत होते. अर्धांगवायू झाल्यासारखा मी गाडीत बसलो आणि मग संगीतकार अजय-अतुल, मुक्ता बर्वे, उपेंद्र लिमयेच्या पत्नी, (उपेंद्र तेव्हा एका आंतरराष्ट्रीय चित्रपट महोत्सवासाठी महेश मांजरेकरांसोबत मकाऊ येथे गेला होता.) राम कोंडिलकर, संदीप पाटील, चंद्रशेखर सांडवे, विजय नारायण गावंडे, संतोष भिंगार्डे, सौमित्र मोटे यांचे मला अव्याहतपणे फोन येऊ लागले. मग मी बोरीवलीला पोहोचलो की नाही? पोस्ट मार्टेम कधी होणार? तुला काही मदत हवी आहे काय? तू शांतपणे सगळं सांभाळ असे सांगणारे महेश मांजरेकरांचे मकाऊवरून दर पंधरा मिनिटाला मला फोन येऊ लागले.

सोमवारी दुपारी बोरीवलीच्या भगवती हॉस्पिटलपासून ते मंगळवारी सकाळी ११ वाजता राजूच्या पार्थिवावरती अंत्यसंस्कार होईपर्यंतचा कालखंड म्हणजे असंख्य आक्रोश, हंबरडे आणि वेदनेच्या आगडोंबाचे हलवून टाकणारे दर्शन होते. त्या भयाण मानसिक स्थितीचे वर्णन करण्याचे मला पाच वर्षं उलटल्यानंतर अजूनही धाडस होत नाही. त्याबद्दल पुन्हा कधीतरी लिहीनच थोडासा माणसात आल्यानंतर. बुधवार ९ ऑक्टोबर २०१३ रोजी नाशिकला रामकुंड घाटावर राजूचा दशक्रिया विधी होता. मी कार्यालयात रजा टाकून मुंबईहून निघून संगीतकार विजय नारायण गावंडे सोबत नाशिकला नदीघाटावर वेळेत हजर

झालो. सगळा घाट आक्रोश करणाऱ्या आणि हंबरडा फोडणाऱ्या असंख्य प्रकारच्या लोकांनी भरलेला होता. शेकडो मृतांचे दशक्रिया विधी तिथे साजरे होत होते. राजूचा एक मोठा रंगीत फोटो लावून त्याच्यासमोर पिठाचे गोळे, हळद-कुंकू, अगरबत्त्या असा आवश्यक साहित्याचा जामानिमा ठेवून त्याचा दशक्रिया विधी सुरू झाला. मी चश्मा काढून रुमालाने डोळे पुसले. राजूच्या फोटोमध्ये त्याच्या डोळ्यांवर गॉगल होता. त्या गॉगलच्या आत नजर घुसवून मी राजूच्या डोळ्यांच्या आत निरखण्याचा प्रयत्न केला. थोडासा बाजूला गेलो. जीवाला बरे वाटत नव्हते. मग गाडीत जाऊन बसलो. वही, पेन काढले आणि सुचले तसे भराभर लिहू लागलो.

जगण्याचे देवा लाभो ऐसे बळ
दुर्गुणाचा वळ पाहवेना
सद्गुणाची देवा वाढो ऐसी कळ
मरणाची झळ साहवेना

तुझ्या दारी दावी पांडुरंगी तळ
उन्मादाचा मळ झाकवेना
विठ्ठलाची आस वाढावी सरळ
विषाचे गरळ टाकवेना
जगण्याचे देवा लाभो ऐसे बळ
दुर्गुणाचा वळ पाहवेना

व्यर्थ जिणे झाले मरण अटळ
मोहाची ही नाळ तोडवेना
ओथंबून साचे वासनेचा गाळ
माया ही पातळ सोडवेना
जगण्याचे देवा लाभो ऐसे बळ
दुर्गुणाचा वळ पाहवेना

ऐसा गा मी ब्रम्ह जाणितो सकळ
आळवी विठ्ठल आठवेना
कराया सुफळ खेळतो हा खेळ
हरवला मेळ सापडेना
जगण्याचे देवा लाभो ऐसे बळ
दुर्गुणाचा वळ पाहवेना

ऐसे लाभो भान दे गा देवा दान
चरणात ध्यान राहू दे गाऽऽ
अमृताची वेल अमृताचा कुंभ
भक्तीचा मृदंग वाजू दे गा

विठू तुझ्या दारी भेटला श्रीरंग
मन झाले दंग माऊलीचे
घडो तुझी प्रीत वाढो तुझा संग
जीवनाचा रंग पाहू दे गा

जगण्याचे देवा लाभो ऐसे बळ
दुर्गुणाचा वळ पाहवेना
सद्गुणाची देवा वाढो ऐसी कळ
मरणाची झळ साहवेना

मला त्या क्षणी माहीत नव्हते की, पुढे-मागे मी हा अभंग माझ्या आगामी ''दशक्रिया'' चित्रपटासाठी घेईन. संगीतकार अमितराज त्याला एक सुमधुर चाल लावेल, स्वप्नील बांदोडकर त्यावर आवाजाची जादू चढवेल आणि हा चित्रपट राज्य, राष्ट्रीय आणि आंतरराष्ट्रीय स्तरावर आपल्या नावाची राजमुद्रा कोरेल याची.

: २ :

जाण्याआधीची दीड दोन वर्षे राजूचे वागणे खूप असंतुलित होऊ लागले होते. त्याची चर्चा करण्याचे हे व्यासपीठ निश्चितच नव्हे; पण त्या काळात सगळेच मित्र त्याच्यापासून थोडेफार दुरावत चालले होते. अत्यंत प्रतिभावंत अशा या शापित राजकुमाराचे काहीतरी बिनसले होते खास; पण सुवर्णाने पत्नी म्हणून आणि मी जिवलग मित्र म्हणून त्याच्याशी असलेली मायेची नाळ तोडलेली नव्हती. "जोगवा, पांगिरा आणि ७२ मैल एक प्रवास" असे तीन चित्रपट मी त्याच्यासोबत केलेले होते. पुढचा चित्रपट करायचा का? कोणता करायचा आणि करायचा झाल्यास तो त्याच्याबरोबर करायचा की नाही याबाबत काहीच ठरलेले नव्हते. मध्यंतरीच्या काळात एप्रिल २०१३ मध्ये माझ्या वरळी येथील शासकीय निवासस्थानी माझा मित्र राम कोंडिलकर हा त्याच्यासोबत मला पूर्णपणे अनोळखी असलेल्या त्याच्या एका मित्राला घेऊन आला. "वेनिला कबड्डी कोझकु नावाच्या एका तामीळ फिल्मची सी.डी. माझ्या हातात ठेवून राम म्हणाला की, "सर याचा आपल्याला मराठीत रिमेक करायचाच. तुम्ही लिहा, निर्माता तयार आहे." आणि दिग्दर्शन? मी विचारले. हा संदीप भालचंद्र पाटील. नवीन आहे पण तो चित्रपट दिग्दर्शित करेल. रामच्या स्वरामधला आत्मविश्वास सुखावणारा होता. मी कालांतराने तो सिनेमा पाहिला. यातला नव्वद टक्क्यांपेक्षा अधिक भाग काढून टाकावा लागेल आणि त्याला पूर्णपणे इथला कोकणच्या मातीत घोळवावा लागेल असे माझे मत असल्याचे मी रामला स्पष्टपणे सांगितले. पण काही दिवसांतच एक बातमी कळली की, मूळ निर्मात्यांमध्ये बऱ्यापैकी फूट पडलेली असल्याने आणि एकाचवेळी प्रत्येकाने विविध ठिकाणी त्याचे हक्क विकल्याने आता न्यायालयीन तिढा निर्माण झालेला असून हे प्रकरण आता पुढचे एक दशक तरी न्यायालयाच्या उंबरठ्या आडून बाहेर येऊ शकत नाही. धीर सोडणे हे राम कोंडिलकरच्या स्वभावातच बसत नसल्याने पुन्हा पंधरा दिवसांनी राम रात्री दहा वाजता माझ्या घरी हजर झाला. सर ही बाबा भांड यांची "दशक्रिया" कादंबरी. आणि हा या कादंबरीवरच्या चित्रपटाचा दिग्दर्शक, "संदीप भालचंद्र पाटील" कालच आम्ही दोघे औरंगाबादहून याचे हक्क घेऊन आलोय. "अरे व्वा. पण लिहितोय कोण तुमचा सिनेमा?" मी गमतीने विचारलं.

"संजय कृष्णाजी पाटील लिहिणार. तुम्ही काही काळजी करू नका." असं ठामपणे सांगून राम निघून गेला. काही दिवसांनी मी तुंगार्ली, लोणावळा येथील माझे गुरुमित्र श्री. विलास कोठारी यांच्या सुसज्ज बंगल्यावर जाऊन "दशक्रिया" कादंबरीसह आठवडाभर तळ ठोकला. काही महत्त्वाचे लिहायचे, वाचायचे झाले की मी विलास दादांच्या बंगल्यावर जाऊन तळ ठोकतो आणि स्वतःला पूर्णपणे कोंडून घेतो हा माझ्या गेल्या एक तपाचा शिरस्ता आहे. दशक्रिया कादंबरी मी १९९५ लाच वाचली होती. त्याच्या दोन प्रती माझ्या स्वतःच्या लायब्ररीत संग्रहित पण आहेत. पण तेव्हा ती कादंबरी मी "एक कादंबरी वाङ्मयप्रकार" या नात्याने किंवा सगळीकडे गाजू लागलेली कादंबरी म्हणून वाचलेली होती. आता पुन्हा नव्याने ती लोणावळा मुक्कामी चित्रपट माध्यमांतर या नात्याने अनेकदा वाचली. शेवटच्या दिवशी मी रामला फोन केला की, बाबा ही कादंबरी अत्यंत भन्नाट आणि कलात्मक असली तरी तिच्यावरती चित्रपट बनविण्यात मुख्यतः दोन अडथळे आहेत. एक म्हणजे या कादंबरीचा गाभा तसाच ठेवून याची फार मोठ्या प्रमाणावर मोडतोड करावी लागेल, ज्याला बाबा भांड यांच्यासारखे ज्येष्ठ साहित्यिक कदापिही मान्यता देणार नाहीत. दुसरी गोष्ट म्हणजे हे सगळं जुगाड जरी सुदैवाने जुळलंच तरी यातल्या बव्हंगी गोष्टी ह्या पैठणच्या नाथघाटावरती घडत असल्याने चित्रीकरण पैठणला जाऊन करणार का आणि तिथे करायचं नसेल तर इतरत्र कुठे असा घाट मिळेल का आणि अशा प्रकारच्या चित्रीकरणाला येणारा अवाढव्य खर्च झेलायला कुणी निर्माता असल्या चाकोरीबाह्य चित्रपटासाठी तयार तरी होईल का?

यावर राम कोंडिलकर आणि संदीप पाटील यांचं एकंदरीत असं एकमत आलं की, हे संजय पाटील नावाचे गृहस्थ अति चिकित्सक असून त्यांना भविष्यकालीन शंका अगोदरच गिरवून ठेवण्याची सवय आहे. मीही त्यांच्या शंकेशी सहमती दर्शविली. मात्र शंका निरसन करणं कसं गरजेचं आहे हेही पटवून दिलं. दोघेही पुन्हा कामाला लागले. बाबा भांड यांच्याशी दूरध्वनीद्वारे बोलू लागले. आणि एक दिवस आमचा सगळ्यांचा लवाजमा औरंगाबाद मुक्कामी पोहोचला. आता या बिऱ्हाडामध्ये "चंद्रशेखर मोरे" नावाचा आमचा हिंदी मराठी जाहिराती आणि हिंदी चित्रपटसृष्टीमध्ये कला दिग्दर्शक म्हणून स्थिर स्थावर झालेला अजून एक नवा मित्र सामील झाला होता. आम्ही औरंगाबाद

आणि पैठण येथे अनेक मुक्काम केले. घाट आणि नदीकाठी फिरलो. लोकांना भेटलो. मंदिरं आणि जुने वाडे पालथे घातले. नाथघाटावर क्रियाकर्म करायला येणाऱ्या दुःखितांना भेटलो, दशक्रिया विधी करणाऱ्या असंख्य पुरोहितांना भेटलो. नदीपात्रात नाणी, चांदीच्या वस्तू, सोन्याचे अंश चिखल गाळात शोधत फिरणाऱ्या असंख्य लेकरा-बाळांना, माय-माऊलींना भेटलो. हे असलं शोधणाऱ्या लोकांच्या हातात एकतर चाळण असे की किंवा मग दोरीला बांधलेलं लोहचुंबक असे. आणि डोक्यात-पोटात असे जगणं साजरं करण्याची भूक. ही पायपीट करताना मी एकीकडे हे सगळं न्याहाळत होतो. मनामेंदूमध्ये साठवत होतो. पहिल्या भेटीत मीच सगळ्यांना पैठणला घेऊन गेलो. सगळ्यांशी ओळखी करून दिल्या. तर त्याचवेळी बाबा भांड यांच्याशी थोडं थोंड बोलून त्यांच्या मनात डोकावण्याचा प्रयत्न करत होतो. मी पहिली फट किलकिली करण्यासाठी बाबांनी म्हणालो की, दशक्रिया विधीच्या वेळी चाळण घेऊन राखेखाली धरणारी आणि त्या चाळणीतले जमा झालेले पैसे चड्डीच्या खिशात ठेवणारी असंख्य मुलं समोर दिसताहेत. तुमच्या कादंबरीतही असंख्य पोरं असा उल्लेख आहे. मात्र "भान्या" ऊर्फ "भानुदास विठ्ठल घोडके व्यतिरिक्त दुसऱ्या कोणत्याही पोराला नाव नाही, चेहरा नाही आणि म्हणून विशिष्ट अशी तत्सम व्यक्तिरेखा नाही. ते म्हणाले की बरोबर आहे तुमचं. कादंबरी वाङ्मयप्रकार म्हणून मला मुलांचा जमाव अभिप्रेत होता. त्यामुळे भान्या व्यतिरिक्त कोणालाही नाव आणि विशिष्ट व्यक्तिरेखा असण्याची मला आवश्यकता नव्हती. मात्र तुमचं म्हणणं काय आहे हे मला ऐकायला आवडेल. मी म्हणालो की, चित्रपटाच्या दृष्टीने मला भान्याला एक जिवलग मित्र असलेला आवडेल. जो त्याच्या इतकाच खट्याळ आणि खोडकर असेल. दोघांच्या अतरंगी वागण्यातून काही विनोदाच्या जागा, भावनोत्कट प्रसंग आणि नाट्यमयता वाढवणे हे करता येईल का याचा विचार करतोय. आणि मला भान्याचा समवयस्क असा "किरकिऱ्या" नावाचा त्याचा जिवाभावाचा मित्र व्यक्तिरेखा म्हणून दिसतोय. काय म्हणणं आहेय तुमचं? यावर बाबा भांड मला "बेलाशकपणे तुम्ही पुढे जा. माझी सहमती आहे असं म्हणाले. मी पहिली लढाई जिंकली होती. पुढे चित्रपट लिहिताना मी मूळ कादंबरीतील भान्या जेव्हा शिकलगाराकडे (ही भूमिका अभिजीत झुंजाररावने केली आहे) चाळणीची ऑर्डर द्यायला जातो हा प्रसंग जसाच्या तसा घेतला; पण त्याच्या सोबत मी किरकिऱ्यालाही पाठवला. त्या ठिकाणचे संवाद मी असे लिहिले.

शिकलगार :- नाम क्या बोले तुम?

भान्या :- मै भान्या. और ये किरकिऱ्या.

शिकलगार :- किरकिऱ्या? ऐसा क्यूं?

भान्या :- ह्यो लहान असतानाच ह्याची आई मेली. आईच्या दुधासाठी ह्यो लै किरकिर करायचा. तवापास्न इसको किरकिऱ्याच बोलते है।

शिकलगार : सच?

(भान्या आणि किरकिऱ्या एकमेकाला हसून टाळी देतात, "एकदम सच" असं म्हणतात.)

भान्या पत्रे सावकार (दिलीप प्रभावळकर) आणि सावकारीण (उमाताई सरदेशमुख) यांच्या वाड्यावर जातो. गेल्या आठवड्याचे चाळणीच्या भाड्याचे पैसे द्यायचे असतात. तिथेही भान्यासोबत किरकिऱ्या असतो असे मी दाखवले.

भान्या :- आहो सरकार. ह्याच्या बापूला ॲडमिट केला हुता ना?

सावकार :- काय झालं रे याच्या बापूला?

भान्या :- आहो दारू जास्त झाली यांच्या बापूला. सलाईनमधूनसुद्धा दारूच लावा असं डॉक्टरास्नी सांगत होता याचा बापू.

(भान्या आणि किरकिऱ्या एकमेकाला टाळी देतात.)

सावकार :- (मिश्कीलपणे) हसताहेत लेकाचे दात काढून. चला. पळा. पळा.

पुढे पुणे इंटरनॅशनल फिल्म फेस्टिव्हलला या सिनेमाचा कोथरूडच्या ऑयनॉक्स मध्ये पहिलाच जाहीर खेळ झाला. तेव्हा अख्ख्या थिएटरने या संवादानंतर टाळ्यांचा कडकडाट तर केलाच; पण अंधारात माझ्या हातावर टाळी देऊन बाबा भांड यांनी माझ्या लेखनाचा खुलेपणाने सत्कार केला.

: ३ :

नवी मुंबईचे प्रख्यात बांधकाम व्यावसायिक आणि माझे गुरुमित्र श्री. विलास कोठारी यांचा मागे संदर्भ आलेलाच आहे. नीलग्रुप नावाची त्यांची सुप्रसिद्ध कंपनी आहे. त्यांच्या पत्नी सौ. कल्पना विलास कोठारी या मूळच्या रंगकर्मी. "रंगनील क्रिएशन्स" ही त्यांची नाट्यसंस्था. अनेक बालनाट्यं आणि व्यावसायिक रंगभूमीवर गाजलेल्या नाटकांची त्यांनी निर्मिती केलेली आहे. त्यांनी निर्मिती केलेलं अत्यंत गाजलेलं नाटक म्हणजे "प्रपोजल". प्रत्यक्ष रंगमंचावर धावत्या

लोकलचा थक्क करणारा अनुभव देणारं त्याचं नेपथ्य आणि प्रकाशयोजना केली होती प्रदीप मुळे (मामा) यांनी. डॉ. अमोल कोल्हे आणि अदिती सारंगधर या कसलेल्या अभिनेत्यांच्या अभिनयाचा आविष्कार यासह सजलेल्या या नाटकाने त्या वर्षीचे तब्बल ५२ पुरस्कार तर मिळवलेच वरती सर्वाधिक यशस्वी व्यावसायिक नाटक म्हणूनही नावलौकिक मिळवला होता. साहित्य, नाट्य, चित्रपट, संगीत आणि समाजसेवा यात रमणारं हे एक कलासक्त जोडपं म्हणून त्यांना ओळखलं जातं. त्यांच्याकडे रोज कोणी ना कोणीतरी नवी संहिता घेऊन येत असत आणि विलासदादा मला वाचायला देत असत. मी त्या वाचून माझी मतं मांडत असे. एक दिवस त्यांनी मला मी वारंवार लोणावळ्याला त्यांच्या बंगल्यावर जाऊन हल्ली नवीन काय लिहितोय. हे विचारलं, मी त्यांना 'दशक्रिया'चा विषय ऐकवला. विषय त्यांना आवडला. ते म्हणाले, आम्ही याची निर्मिती करतो. त्यावर मी लागलीच त्याच्या कलाकारांची संभाव्य फौज, तंत्रज्ञांची कुशलता आणि त्यांचे मानधन आणि बाह्यचित्रीकरणाचा अवाढव्यपणा याबाबत सांगितले. त्याबरोबरच मी यात रूढी परंपरामधल्या फोलपणावर भाष्य केलं आहे आणि मंगलविधी करणारे विरुद्ध किरवंत कार्य करणारे अशा पुरोहितांमधल्या संघर्षाची याला किनार असल्याचेही स्पष्ट केले. तरीही ते दोघे ठाम राहिले. जर कथा एका लहान मुलाची आहे आणि हेतुपुरस्सर कोणालाही न दुखावता तुला जर हे मांडायचे असेल तर आमची याला हरकत नाही असेही त्यांनी सांगितले. मुळात हा चित्रपट लिहिताना मी ''दशक्रिया'' या कादंबरीसोबतच माझे आवडते नाटककार श्री. सतीश आळेकर आणि श्री. प्रेमानंद गज्वी यांची गाजलेली नाटके अनुक्रमे ''महानिर्वाण'' आणि 'किरवंत' ही रोज उशाशी घेऊन झोपायचो. ही दोन्ही नाटकं मला आजही मुखोद्गत आहेत. मृत्यूसारख्या गंभीर घटनेच्या वेळी माणसं किती हास्यास्पद आणि ओंगळवाणी वागतात हे मानवी नातेसंबंधाच्या पार्श्वभूमीवर आळेकरांनी ब्लॅक कॉमेडीच्या आधारे महानिर्वाण या नाटकामध्ये अप्रतिमपणे मांडलंय आणि 'किरवंत' मध्ये गज्वींनी क्रियाकर्म करणारे वासुदेव शास्त्री आणि त्यांचा बंडखोर भाऊ यांच्यातील संघर्षाबरोबर एकूणच प्रखर वास्तव आणि तत्कालीन समाजरचनेचे धागेदोरे अत्यंत धगधगीतपणे मांडलेले होते. ही दोन्ही नाटके चिरतरुण आहेत आणि त्यातली आशयस्फोटकता ही कालातीत आहे अशी माझी ठाम धारणा आहे. याबाबतचे आणखी दोन महत्त्वाचे पैलू मला

यापुढे विशद करावयाचे आहेत. पनवेलची "सूर्याची पिल्ले" ही चंद्रशेखर सोमण यांची त्या काळातली राज्य नाट्य स्पर्धेमध्ये दबदबा असलेली एक बलाढ्य अशी हौशी नाट्य संस्था होती. विजय मोंडकरांचे "कापूस कोंड्याची गोष्ट" हे नाटक असो की रमेश पवार यांची "उकिरडा" नावाची एकांकिका असो चंद्रशेखर सोमण हा अत्यंत प्रभावीपणे आणि प्रतिभावंतपणे त्यांचे सादरीकरण धडाक्यात करत असे. मी, मनोहर लिमये, रत्नू कुलकर्णी, रत्नू खरे, अतुल दिघे, विवेक ताम्हणकर आणि प्रकाश (काका) देशमुख अशा आम्हा टवाळ मित्रमंडळीचीही "साहित्य परिषद पनवेल" नावाची एक मासिक वर्गणीवर चालणारी जिगरबाज अशी नाट्यसंस्था होती. आमचा कल हा प्रामुख्याने महाराष्ट्रभर एकांकिका स्पर्धा गाजवण्यावर आणि वाजवण्यावर असे. आणि या दोन संस्थांमध्ये मैत्रीपूर्ण. तरीही निरोगी स्पर्धा असली तरी चंद्रशेखरच्या नाटकांना एक रंगकर्मी म्हणून मी मदतीला जात असे. "महानिर्वाण आणि किरवंत" ही दोन्ही नाटके सूर्याची पिल्लेने राज्य नाट्य स्पर्धेमध्ये धडाक्यात सादर करून खणखणीत यश मिळवले होते. माझाही त्यात खारीचा वाटा होता. कारण या दोन्ही नाटकांची प्रकाशयोजना मी रत्नू खरे बरोबर आणि पार्श्वसंगीत नंदू भिडे बरोबर संयुक्तिपणे केलेले होते. दुसरी अत्यंत महत्त्वाची गोष्ट म्हणजे "कापूस कोंड्याची गोष्ट" नाटकातील प्रमुख स्त्री व्यक्तिरेखेच्या भूमिकेसाठी सौ. कल्पना विलास कोठारी यांना सर्वोत्कृष्ट स्त्री अभिनयाचं राज्य शासनाचं प्रथम पारितोषिक प्राप्त झालं होतं. या अशा प्रकारच्या सांस्कृतिक ऋणानुबंधामुळे असेल, सामाजिक जाणिवेच्या विषयाला वाहिलेल्या चित्रपटाची निर्मिती करून आपल्या संस्थेच्या चित्रपट निर्मितीचा श्रीगणेशा करावा ही आंतरिक इच्छा असेल किंवा प्रखर सामाजिक बांधिलकी असेल. कोठारी दांपत्याने "रंगनील क्रिएशन" च्या माध्यमातून या कलाकृतीच्या पाठीशी ठामपणे उभे राहण्याचा निर्णय घेतला.

: ४ :

"महानिर्वाण आणि किरवंत" यांचे अद्‌भुत रसायन डोक्यात ठेवून मी नव्याने "दशक्रिया" कादंबरीला भिडलो. मूळ कादंबरीमधले महत्त्वाचे पण चित्रपटासाठी कमी महत्त्वाचे असे प्रसंग मी निवडून बाजूला ठेवले. तेच मापदंड व्यक्तिरेखांबाबतही लावले. M.I.D.C. मध्ये दारुड्या विठ्ठलचा (कलाकार मिलिंद शिंदे) पाय

मशीनमध्ये अडकतो आणि तो पांगळा होतो हे काही मला पटेना. मग मी व्यसनी विठ्ठल दारू पिऊन कामावर जातो आणि त्याचा साहेब त्याला निलंबित करतो अशी योजना करून विठ्ठलच्या पत्नीच्या शांताच्या (अदिती देशपांडे) संसारामधल्या दैनंदिन अडचणी वाढवण्याचे सांस्कृतिक कारस्थान रचले. त्यामुळे भावनाट्याला उठाव येईल असा माझा अंदाज होता जो पुढे तंतोतंत खरा ठरला. जॅकवेलजवळ दारू पिणारी, पत्ते खेळणारी टवाळ पोरांची गँग ज्यामध्ये भान्याच्या दृष्टीने सुपर हिरो असलेला परशा (नंदकिशोर चौघुले) तसेच विठ्ठलसहित ही सगळी टवाळ गँग देशी दारूच्या गुत्त्यावर कसे व्यक्त होतील याचाही विचार सुरू झाला. मूळ कादंबरीमध्ये शांता सफाई काम करत असते ही बाब मला अत्यंत महत्त्वाची वाटली होती. मग पैठणला असताना मी "पैठणी" चा कारखाना आणि तिथे लेकराबाळांना सांभाळत, संसार सांभाळत पार्ट टाइम नोकरी करणाऱ्या बायकांचा जथ्था बघितला होता. मला त्या जमावात शांता आणि तिच्या सफाई कामगार मैत्रिणी दिसल्या. ज्यांच्या वापरातून मी बाईपणाच्या दुःख वाटपाची सूत्र सांगणारे प्रसंग लिहिले. मुकादम म्हणून काम करणाऱ्या कडक शिस्तीच्या आत्याबाई (आशाताई शेलार) यांची योजना केली. प्रत्यक्षात मात्र अशा प्रकारचा पैठणीचा कारखाना चित्रीकरणासाठी उपलब्ध न झाल्याने आम्ही एक पापड लोणच्याचा कारखाना शोधून काढला. आणि तशा पद्धतीने ऐन चित्रीकरणाच्या वेळी संवादांमध्ये बदल घडवून आणले. चित्रपटाच्या शेवटी संघर्षबिंदूच्या ठिकाणी मला या सगळ्या स्त्री शक्तीचा बेमालूमपणे वापर करायचा होता. नारायण पंत (मिलिंद फाटक) आणि केशव भटजी (मनोज जोशी) यांचा कादंबरीमधला संघर्ष मी अधिक तीव्र केला. विठ्ठलच्या व्यसनामध्ये वाढ केली. भान्याचा आणि किरकिऱ्याचा वात्रटपणा अधिक वाढवला. त्यामुळे चिडलेली शांता भान्याला धोपटते आणि भान्या घरातून पळून गेल्यावर शांता त्याला शोधण्यासाठी आत्याबाईंना घेऊन रात्रीच्या वेळी बाहेर पडते. त्याप्रसंगी कै. राजीव पाटीलच्या दशक्रिया विधीच्या वेळी सुचलेल्या अभंगाची योजना केली. चित्रपटाच्या सुरुवातीलाच भान्याचं खट्याळपण प्रकर्षाने जाणवण्यासाठी लहान मुलांच्या मस्तीखोरीचं एक उडत्या चालीचं गाणं आवश्यक होतं. राम, संदीप, शेखर मोरे यांच्यापासून ते चक्क छायाचित्रकार महेशदादा अणे (स्वदेश चित्रपटासाठी राष्ट्रीय पुरस्काराने सन्मानित) या सगळ्यांचं म्हणणं की "आयटम साँग" वाटावं अशा पद्धतीने हे

गाणं आलं पाहिजे. मी रोज एखादा सुचलेला मुखडा अमित सावंतला (संगीतकार अमितराज) फोनवरून ऐकवत असे. त्यावर अमितराज शांतपणे, "दादा, कुछ अलग ट्राय करो इसमे कुछ मजा नही" असे सांगून माझं तोंड बंद करत असे. हे असं कित्येक आठवडे आणि महिने सुरू होतं. मी तब्बल तेवीस मुखडे त्याला ऐकवून थकलो तरी त्याचे समाधान होईना. एका मध्यरात्री त्याला भान्या-किरकिऱ्या यांच्यामधला एक संवादाचा तुकडा ऐकवत होतो. सकाळी सकाळी किरकिऱ्या भान्याला बोलवायला येतो तर शांता चिडून म्हणते की, तुला फोडला भाड्या चाबकानं! रामा धर्माच्या पाऱ्यात आलास काय नाथघाटावरचं गिऱ्हाईक घेवून? तसं किरकिऱ्या म्हणतो, "अवो काकू तसं न्हवं. त्ये शहाजी भगताच म्हातारं गचाकलं, भानुदासला पाठवा आणि तुमीबी चला लवकर." यावर अमित म्हणाला की, दादा काय शब्द बोलतात तुम्ही? गचाकलं?

मीही एकदम दचकलो आणि म्हटलं अरे थांब थांब जरा. फोन ठेव.

मी तुला थोड्या वेळाने फोन करतो. मी पाच मिनिटांनी अमितला फोन करून ओळी ऐकवल्या-

फळ्यावरती पाढं
तरी पाठांतर थोडं
शाळा सोडून फिरतानं
वाटतं फार गोड
सपनात येऊ उसासलं
गुरुजींचं म्हातारं गचाकलं
शाळेत येऊन पचाकलं

गोविंद घ्या कुणी गोपाळ घ्या
भूगोलाच्या तासाला गणिताचं भ्या
इतिहासात जाय विज्ञानाचा पाय
भूमितीला नागरिकांचं पडलंय काय?
भौतिकाची रांग कानामदी सांग
रसायनाच्या नानाची तुटलीया टांग

जीवशास्त्र माझं बघ उबागलं
गुरुजींचं म्हातारं गचाकलं
शाळेत येऊन पचाकलं

पाखरांची रांग
ढगोबाला सांग
आभाळाच्या डोईचा
मोडू नको भांग
हिरवं हिरवं रान
हरकलं भान
म्हशीवरनं बैलाची
ओढू नको टांग
धोतरातलं पाय
आभाळात जाय
म्हातारं सपनात
धोपटल काय?
ढिंच्यॅक होऊन उधाळलं

फळ्यावरती पाढं
तरी पाठांतर थोडं
शाळा सोडून फिरतानं
वाटतं फार गोड
सपनात येऊन उसासलं
गुरुजींचं म्हातारं गचाकलं
शाळेत येऊन पचाकलं

पुढे ते गाणं 9X झकास या संगीत वाहिनीवर सतत सहा महिने धुमाकूळ घालीत होतं.

: ५ :

बाकी सगळ्या गोष्टी जमत होत्या; पण 'पटकथा' पूर्णपणे बांधीव आणि सकस झालीय असं मला स्वतःलाच वाटत नव्हतं. संदीप, मी आणि पालवे गुरुजी आमच्या लोणावळ्याच्या फेऱ्या वाढतच होत्या. कधी वरळीला बसायचो आणि पनवेलला साई नगरमध्ये संदीपच्या फ्लॅटवरतीही बसायचो. मध्यंतरानंतर खूप गडबड होत होती. सरळसोट दिशा सापडत नव्हती. काहीतरी बिनसलं होतं. नाट्यमयता कमी होत होती. त्यामुळे संघर्ष वाढत नव्हता. काय करावं ते कळत नव्हतं. परत एकदा सगळेजण मिळून पैठणला गेलो. सगळ्यांना भेटलो. गप्पांचा फड जमवला. बाबा भांड यांच्या एका वाक्यामुळे संदीप एकदम चमकला. पैठण ही शालीवाहनांच्या साम्राज्याची राजधानी. इथून रोमला सुद्धा व्यापार व्हायचा आणि आता जरा प्रमाण कमी झालं तरी पैठणमध्ये गुढीपाडवा खूप जोरात साजरा व्हायचा. संदीप मला म्हणाला, सर गुढीपाडव्याचं काहीतरी करा. एकाही मराठी चित्रपटात आजपर्यंत गुढीपाडव्याचं गाणं आलेलं नाही. विचारमग्न झालो. गुढीपाडव्याच्या गाण्यामुळे नाट्यमयता आणि संघर्ष वाढणार नव्हता; पण 'गुढीपाडवा' हा शब्द मेंदूतून हलायला तयार नव्हता. कादंबरीमध्ये असा उल्लेख आहे की, केशवच्या वर्चस्वामुळे नारायण भटजी आणि हणमंता यांची उपासमार होते आणि त्यांना कामं मिळत नाहीत. एकजण दुसऱ्याला म्हणतो की, पंच कमिटीचं काय करायचं? मग माझ्या हातून पंच कमिटीचा एक अफलातून प्रसंग लिहून झाला. पंच कमिटीसमोर नारायण त्याचं दुःख मांडतो आणि आरोप प्रत्यारोपाच्या पार्श्वभूमीवर भान्याचे सभापटुत्व, गदारोळ, शांताच्या भावनांचा उद्रेक अशा गोष्टी जुळत गेल्या. नाट्यही फुललं आणि मग संघर्षही वाढला. मग मी हात धुऊन गुढीपाडव्याच्या मागे लागलो. काही पात्रांच्या तोंडून वेगवेगळ्या प्रसंगी गुढीपाडवा तोंडावर आलाय याची पेरणी करून वातावरण निर्मिती केली. प्रत्यक्ष गुढीपाडव्याच्या मंगलदिनी सन्मानाने गंध अक्षता वाहण्याच्या प्रसंगी पत्रे सावकार केशव भटजींचा सगळ्या गावासमोर जाहीर अपमान करतात. अशी रचना झाली आणि सिनेमामधला संघर्ष एकदम वेगळ्या वळणावरती आणि नाट्यात्म विधानावरती येऊन पोहोचला.

सिनेमाचा शेवट काय असावा हे अजून ठरत नव्हतं. त्यामुळे तिकडे जाणारा प्रवास दाखवणारा रस्ता दिसणं तर त्याहूनही अस्पष्ट होतं. पंच कमिटी आणि

गुढीपाडवा इथपर्यंत सिनेमा एक खणखणीत वक्तव्य घेऊन पुढे चालत आला होता. पण आता यापुढची पानं कोरी होती. पुढची पानं पलटलीच जात नव्हती. या अस्वस्थतेमध्ये काही महिने गेले. सगळंच काम ठप्प झालं. काही सुचेनासं झालं. एका रविवारी सकाळी संदीप आणि मी, संदीपची गाडी काढून पनवेलहून निघालो. कुठे जायचं ते माहीत नव्हतं. काय करायचे ते ठरलं नव्हतं. गाडी मुंबई-पुणे द्रुतगती मार्गावर आली. सुसाट पळू लागली. लोणावळ्याला एके ठिकाणी एका पुलावरून रस्ता खाली उतरतो. सरळ पुलावरून रस्ता पुण्याला जातो आणि पुलावरून खाली उतरलेला रस्ता थेट लोणावळ्याच्या स्टँडवरती जातो. स्टँडसमोरच्या टपरीवरती कटिंग चहा प्यावा म्हणून आम्ही थांबलो. मी म्हटलं, अरे संदीप, चहा इथे पिण्यापेक्षा विलासदादांच्या तुंगार्लीच्या बंगल्यावर नवनाथकडे (तिथला केअर टेकर) चहा प्यायलो तर? मग आम्ही परत पुढे तुंगार्लीला आलो. चहा घेतला. नवनाथच्या सूचनेनुसार पुढचा मोठा चढ चढून डोंगरावरती जायचं आणि वर असलेल्या वळवंड धरणाच्या कडेला बसायचं असं ठरलं. आम्ही जलाशयाच्या काठाचा मोठा दगड बघून त्यावर बसलो. समोर शांत स्तब्ध जलाशय, म्हशी राखणारी गुराखी पोरं, मागच्या झाडाझुडपांमधून येणारा पक्ष्यांचा आवाज आणि पुढचं काही सुचत नसल्यामुळे मेंदूत होणारी चिडचिड असं सगळं सुरू होतं. संदीपला एक कल्पना सुचली आणि तो अचानक म्हणाला सर! पत्रे सावकारांना मारून टाकलं तर?

काय? असं म्हणून मी किंचाळलोच. काही क्षण स्तब्ध झालो आणि मग मी आनंदाने हसत सुटलो. मला त्यावरून असं सुचलं की, पत्रे सावकारांचा देवदर्शनाला गेल्यावर अपघाती मृत्यू होईल. मग त्यांचा दशक्रिया विधी कोण करेल असा जीवघेणा पेच तयार होईल. आणि मग त्या संघर्षाच्या पार्श्वभूमीवर चित्रपटाच्या शेवटाकडे जाता येईल. मी त्याच रात्री बाबा भांड यांना फोन करून ही नवी कल्पना ऐकवली. बाबा भांड यांनी अत्यंत शांतपणे माझं म्हणणं ऐकून घेतलं आणि मग ते अत्यंत समजूतदारपणे म्हणाले, हे बघा संजय पाटील, मी एकदा कादंबरी तुमच्या हवाली केलेलीच आहे, तर किती मोडायचं आणि कितीदा मोडायचं हा तुमचा विषय आहे. मात्र, जे काही कराल ते अत्यंत चांगलं आणि तुमच्या 'जोगवा'च्या लौकिकाला साजेलसं करा म्हणजे झालं. माझ्या नेहमीच तुम्हाला शुभेच्छा आहेत. मी झपाट्याने कामाला लागलो आणि बाकीची गोळाबेरीज करू लागलो.

: ६ :

राम, संदीप, शेखर मोरे, महेश अणे, संगीतकार अमितराज या सगळ्यांशी चर्चा करत वारंवार झालेलं वाचून काढत आणि दुरुस्त्या करत अखेरीस चित्रपटाच्या आठव्या संस्कारणाच्या लेखनापर्यंत आम्ही सगळे समाधानी झालो. फेब्रुवारी २०१६ अखेरीस शूटींग सुरू करावं या हेतूने आम्ही आता चित्रिकरण स्थळांच्या निवडीबाबत सतर्क झालो. एका बाजूने कलाकारांच्या निवडीचे सोपस्कार सुरू करायचे होते. संदीपने पहिल्यांदा ऑडिशन्स सुरू केल्या. राम कोंडिलकर, संदीप आणि शेखर मोरे त्याच्या गाडीतून पुणे, औरंगाबाद, नाशिक, सांगली, सातारा, कोल्हापूर असे मैलो न् मैल फिरू लागले. प्रमुख व्यक्तिरेखांमध्ये कसलेल्या नट नट्यांची निवड करावी मात्र भान्या आणि किरकिऱ्या या भूमिकांसाठी दोन नवीन लहान मुलांच्या चेहऱ्यांची आवश्यकता होती. संदीपने ठिकठिकाणी धडाकाच लावला. एकदा तर तो पार माझं कॉलेज शिक्षण झालं त्या गारगोटी इथे म्हणजे कोल्हापूरपासून ५० कि. मी. अंतरावर तळ कोकणात जाऊन धडकला. माझे बालमित्र किरण आणि सचिन या पिसे बंधूंना हाताशी धरून त्याने आणि रामने खेडोपाडी कर्णा बांधलेली रिक्षा फिरवली. गारगोटीमधल्या ऑडिशनला ग्रामीण भागातल्या तब्बल चारशे मुला-मुलींनी हजेरी लावली. या बाल कलाकारांमध्ये भान्याचा मोठा भाऊ, छोटी बहीण, भान्याच्या मामाची मुलगी शकू या व्यक्तिरेखांचीही निवड करायची होती. सगळा महाराष्ट्र पिंजून काढला तरी

भान्या आणि किरकिऱ्या सापडायला तयार नव्हते आणि सरते शेवटी मुंबई महानगरपालिकेच्या वरळी येथील एका शाळेमधल्या ऑडिशनच्या शेवटच्या दिवशी वरळी नाक्यावर अत्यंत मध्यमवर्गीय कुटुंबामध्ये राहणाऱ्या आर्य आढाव आणि विनायक धाडीगावकर या दोन चुणचुणीत मुलांची संदीपने निवड केली. पुढे मग ही दोन्ही मुलं रोज शाळा सुटल्यावर थेट माझ्या घरी येऊ लागली आणि पंधरा दिवसांत या दोन्ही बहाद्दरांनी अख्या सिनेमा पाठ केला.

याच काळात अजून दोन मोठ्या अडचणी निर्माण झाल्या. आम्हाला मिळालेल्या माहितीनुसार पैठणमध्ये चित्रीकरण करणं धोकादायक होतं; कारण कादंबरीला पार्श्वभूमी आहेच ती पैठण शहराची. आणि चित्रपट आम्ही जाहीर केला होता तोही पैठण याच नावाने. त्यामुळे पैठणमध्ये रोजच्या रोज धार्मिक विधीलाही सरासरी अडीच ते तीन हजार लोक येतात. शूटिंगच्या वेळी त्यांना कसं आवरायचं? आणि दुसरं म्हणजे विषयाची आशय स्फोटकता जाहीर झाल्यास आणि पैठणमधील पुरोहित मंडळींनी हे आमच्या दैनंदिन रोजीरोटीची शहानिशा करून आपल्या धार्मिक प्रक्रियेची जाहीर वरात काढण्याचे प्रकरण आहे असा समज करून घेतल्यास सामानसुमान बांधून पळायची वेळ आली असती. चित्रीकरणासाठी पैठण व्यतिरिक्त स्थळ शोधायचं म्हणून आम्ही विलास कोठारी आणि माझा पनवेलचा जुना मित्र मिलिंद तळेकर असे सगळे एका रविवारी भल्या पहाटे बाहेर पडलो आणि तळेगाव, राजगुरूनगर, शिक्रापूर आणि चाकण अशी दरमजल करत दोन दिवसांनी निराशपणे परत फिरलो. आता पुन्हा नव्याने चार दिवसांनी आम्ही सगळे बाहेर पडलो आणि थेट नाशिक गाठले. नाशिकवरून परत औरंगाबाद, पैठण, अहमदनगर, ओझर, रांजणगाव. आणि तुळापूर असे चार दिवस फिरून आम्ही एका मध्यरात्री साताऱ्यात पोहोचलो. साताऱ्याचा माहुली घाट 'स्वदेश' च्या चित्रीकरणाचा वाईचा घाट असं बरंच काही फिरत आम्ही मग इचलकरंजी, सांगली, नृसिंहवाडी असं काय काय फिरत राहिलो. पार कर्नाटकात संकेश्वरापर्यंत जाऊन आलो. आठ दिवसात साडेचार-पाच हजार किलोमीटरची रपेट करून आणि वेगवेगळ्या ठिकाणी ४० प्रकारचे घाट बघून सरतेशेवटी कोल्हापूर मुक्कामी आलो. प्रयाग चिखलीचा घाट किंवा गैरसोयीचा असला तरी पंचगंगेचा घाट हे काहीतरी अंतिम करावे असे ठरले आणि त्याच रात्री मला गारगोटीतून माझे वाङ्मयीन गुरू प्रा. राजन गवस यांच्या ख्याली खुशालीचा फोन आला. मी

बोलता बोलता माझं नदीघाटाचं रडगाणं त्यांना ऐकवलं तर सर माझ्यावरती भडकलेच. संजू अरे तुझं हे काखेत कळसा आणि गावाला वळसा? ज्या ठिकाणी तुझं शिक्षण झालं, ज्या ठिकाणी मी तुला अनेकदा पोहायला घेऊन गेलो तो गारगोटीचा घाट कसा काय विसरलास? अरे, बाबा भांड यांच्या "दशक्रिया" कादंबरीमधल्या वातावरणाला भिडेल असा तंतोतंग घाट म्हणजे आपला गारगोटीचा नदीघाट आहे. तू ये बरं उद्या सकाळी तुझ्या सवंगड्यांना घेऊन. दुसऱ्या दिवशी सकाळी आम्ही गारगोटीला पोहोचलो आणि सगळेच आनंदाने उड्या मारायला लागलो.

हा आमचा आनंद फार दिवस टिकला नाही. कारण केशव भटजीच्या भूमिकेसाठी आमचं सगळ्यांचं एकमत असं होतं की, या खणखणीत भूमिकेसाठी 'मनोज जोशी' यांच्या सारखाच दणदणीत आणि दमदार अभिनेता पाहिजे. माझी त्यांच्याशी वीस वर्षांची मैत्री असल्याने त्यांच्याशी फोनवरही बोलणं झालं होतं. त्यांनीही होकार दिला होता. आणि एका रात्री मला त्यांचा फोन आला की, सध्या ते वेगवेगळ्या भाषेमधले चित्रपट आणि 'चाणक्य' या हिंदी नाटकाच्या देशभराच्या प्रयोगांमुळे किमान सात ते आठ महिने उपलब्ध नव्हते. एवढंच काय सविस्तर संहिता वाचावी एवढाही त्यांच्यापाशी वेळ नव्हता. परत एकदा मी हादरलो. दुसऱ्या दिवशी मी आणि संदीपने त्यांना आरे कॉलनीतील संक्रमण स्टुडिओमध्ये एका भोजपुरी चित्रपटाचे चित्रीकरण सुरू होते तिथे जाऊन गाठलं. मनोजने अख्ख वेळापत्रक माझ्यासमोर नाचवलं. या सगळ्या धामधुमीत मला त्यात कुठे सलग तीन चार दिवसांची सुद्धा फट दिसत नव्हती आणि आम्हाला तर ते सलग अठरा दिवस हवे होते. त्यांनीही प्रांजळपणे सांगितले की, "संजय हे असं आहे. तू दुसरा कलाकार बघ. माझ्यामुळे नुकसान करून घेऊ नका."

संदीप आणि मी जरा बाजूला गेलो. आमचं एकमत झालं की, केशव भटजी साकारातील तर ते मनोज जोशीच. आम्ही सात महिने थांबायला तयार आहोत; पण तुम्ही सप्टेंबर २०१६ च्या मध्यानंतरच्या सलग १८ तारखा द्या असं म्हणालो. तेही तयार झाले. पुढे पावसामुळे हे सगळं बारगळून आम्ही नव्या संकटात सापडलो, तरी पुढे जाऊन या चित्रपटामधल्या भूमिकेसाठी मनोज जोशी यांनी सर्वोत्कृष्ट सहायक अभिनेत्याच्या राष्ट्रीय पुरस्कारावरती राजमुद्रा कोरली आणि स्वतःची प्रतिभाही सिद्ध केली आणि आमची प्रतीक्षाही सत्कारणी लावली.

: ७ :

कला दिग्दर्शक चंद्रशेखर मोरे त्याच्या ५० सहकाऱ्यांसह आणि दोन ट्रक भरतील एवढं सामानसुमान भरून आठ दिवस आधीच गारगोटीला रवाना झाला. दोन प्रशस्त मंदिरं आणि मुलाण्याचं हॉटेल तसेच फुलमाळांच्या टपऱ्या आणि इतर वातावरणनिर्मिती करायची होती. घाटाच्या पुढे एका कोपऱ्यात देशी दारूचा गुत्ताही उभा करायचा होता. तसंच त्याला पाटगावच्या सुप्रसिद्ध मठात आणि मंदिरात (हे मंदिर खुद्द छत्रपती शिवाजी महाराजांनी बांधायला सुरुवात केली होती.) काही वातावरण निर्मिती करायची होती. कारण पत्रे सावकारांच्या मुलाचं लग्न, पंच कमिटी आणि गुढीपाडवा असले महत्त्वाचे प्रसंग पाटगाव येथे पार पाडायचे होते आणि त्यासाठी तिथले विश्वस्त संजयदादा बेनाडीकर यांनी खुलेपणाने मदत केली. गारगोटीला घाटावर शेखर मोरे आणि साथीदारांनी उभं केलेलं मंदिर आणि इतर गोष्टी पाहून आम्ही सगळे अक्षरशः थक्क झालो.

ठरल्याप्रमाणे १६ सप्टेंबर २०१६ रोजी या चित्रीकरणाची गारगोटी येथे सुरुवात झाली. बाबा भांड आणि त्यांच्या सुविद्य पत्नी, कोठारी कुटुंबीय, प्रा. डॉ. राजन गवस सर आणि अनेक हितचिंतक यांच्या साक्षीने आणि पावसाच्या दमदार पुनरागमनासहित आमचा मुहूर्ताचा सीन टाळ्यांच्या गजरात कसाबसा

पार पडला. पुढे हा पाऊस थांबेचना. इनडोअरचे काही प्रसंग चित्रित करून वेळ मारून न्यावी तर त्यासाठी कलाकारांच्या तारखा उपलब्ध नसल्याने सगळंच ठप्प झालं. मारून मुटकून जे केलं होतं त्याचं फुटेज बघून संदीप तर रडकुंडीला आला होता. आम्ही नाइलाजाने आठ दिवसांची सुटी जाहीर करून सगळी यंत्रसामुग्री, माणसं, गाड्या, वगैरे जामानिमा गोळा करून मुंबई गाठली.

नव्याने चित्रिकरण सुरू झालं तर आता तारखांचे घोळ सुरू झाले. पूर्वनियोजित वेळापत्रक कोलमडल्याने मनोज जोशी, दिलीप प्रभावळकर, उमाताई सरदेशमुख, आशा शेलार, मिलिंद फाटक, नंदकिशोर चौघुले, संतोष मयेकर, अदिती देशपांडे, मिलिंद शिंदे या सर्व व्यस्त कलाकारांची तारांबळ उडू लागली. मनोज जोशी तर देशाच्या कानाकोपऱ्यातून विमान पकडून गोव्याला पणजीच्या विमानतळावर यायचे. गारगोटीहून एक इनोव्हा पाच तासांचा प्रवास करून विमानतळावर जायची आणि तेवढाच प्रवास करून परत गारगोटीमध्ये यायची. दोन दिवस शूटिंग झालं की, परत तोच उलटा प्रवास सुरू व्हायचा. पुन्हा तोंडावर दिवाळी आली. त्यामुळे दहा दिवसांची सुटी घेऊन सगळा लवाजमा पुनश्च मुंबईला परतला. या सगळ्या गडबडीत वाहतूक खर्च, वाढीव दिवसांचं मानधन, अतिरिक्त वाहनं यांचा अपरिमित आर्थिक बोजा 'रंगनील क्रिएशन्स' या निर्मिती संस्थेवर आला आणि त्यांनी तो नफा तोट्याचे गणित न बघता स्वीकारला. मुळात गारगोटीमध्ये एका वेळी दीडशे लोकांची राहण्याची व्यवस्था होणं कठीण होतं. कारण हिरा पॅलेस हे सात ते आठ खोल्यांचं हॉटेल आणि 'आश्रय' हॉटेलमधली सुमार दर्जाच्या दहा खोल्या एवढ्यावर भागणं शक्य नव्हतं. अकरा किलोमीटर वरच्या आदमापूर येथील श्री. बाळूमामा देवस्थानच्या भक्त मंदिरामध्ये ४० खोल्या विश्वस्तांनी स्वस्तात उपलब्ध करून दिल्या. नशीब म्हणजे पद्मश्री डॉ. डी. वाय. पाटील यांचा खासगी बंगला आमदार सतेज ऊर्फ बंटी पाटील यांनी उपलब्ध करून दिल्यामुळे मनोज जोशी आणि दिलीप प्रभावळकर या दिग्गजांना कोल्हापूरहून आणण्या-नेण्याचा आमचा वेळ आणि खर्च वाचला.

ग्रामीण भागामधल्या लोकांनाही आजकाल वेगवेगळ्या वाहिन्या आणि गॉसिपिंग करणाऱ्या समाजमाध्यमांवरील वक्तव्यामुळे नको ते ज्ञान प्राप्त झाले आहे. गारगोटी, कडगाव, पाटगाव, आकुर्डी, फये अशा विविध ठिकाणी जमाव दृश्यांसाठी स्थानिक लोकांनी हवे तसे पैसे मागितले. गारगोटीला काही स्थानिक लोकांनी खूपच

त्रास दिला. मृताच्या सामानाच्या दृश्यात एक लाकूड मोजण्याचा वजनकाटा एक तासांसाठी हवा होता. एक आजीबाई तावातावाने पहिले पाच हजार रुपये टाका आणि मगच काट्याला हात लावा म्हणून हटून बसल्या. शेवटी एक हजार रुपयांच्या तडजोडीवर वजन काटा कॅमेऱ्यासमोर वर खाली हलू लागला. एक म्हातारेसे काका पारावर तंबाखू मळता-मळता मला विचारते झाले की, "काय संजय पाटील? कधी करताय म्हणायचं पॅक अप? आटपा की लवकर. उद्या काय सकाळी सातचा कॉल टाईम हाय म्हणं?" आणि काल रात्री काय कुलकर्ण्यांच्या वाड्यात दीड शिप्ट लागली म्हण? त्यांनी पुढे केलेल्या तंबाखूच्या चिमटीचा नम्रपणे नकार करत मी आश्चर्याने त्यांच्याकडे बघत राहिलो. सामान्यज्ञान, वाढवून घ्यावं म्हणून मी त्यांच्या शेजारी ऐसपैसपणे बसून ज्ञान ग्रहण करू लागलो. काकांनी परत पुढे सुरू केलं,

'तुमा शिनीमावाल्यांचं काय हो? अडचणीचं आणि धावपळीचं काम आस्तंय खरं तुम्ही लोकं लै नोटा छापता राव."

"अहो, काका प्रत्येक सिनेमात पैसे वसूल होतातच असं नाही" मी.

त्या "सैराट" वाल्याला वळकता का तुमी?

हो. नागराज मंजुळे ना? मित्रच आहे माझा. कां? काय झालं?

"लै छापलं बघा तुमच्या दोस्तानं सैराटमधी."

मला हसावं की रडावं ते कळेना. "सैराट"चं लेखन दिग्दर्शन नागराजचं होतं. निर्मिती झी स्टुडिओजची होती. सिनेमा प्रचंड चालला तरी तो बिंबवण्यासाठी आणि चालवण्यासाठीही अवाढव्य खर्च येतो. 'झी' सारख्या मातब्बर वाहिनीला ते सहज शक्य असलं तरी येणाऱ्या नफ्यातून झालेला खर्च वजा होणारच आणि तो फायदा ते नागराजकडे का बरं वळवतील?

थोडासा विषयांतराचा धोका पत्करून का होईना मी हे का मांडतोय तर खेडोपाड्यात सुद्धा आता मनोरंजन विश्वाविषयी आणि विशेषतः चित्रपट

क्षेत्राविषयीच्या आर्थिक आवाक्याविषयी अवास्तव संकल्पनांनी जोर धरलाय. वस्तुतः हे पृथक्करण चित्रपट चांगला की वाईट, एवढ्याच सीमारेषेपर्यंत चालायला हवं असा माझा ठाम आग्रह आहेय.

गारगोटीमधल्या घाटावरही दिवसा काय किंवा रात्री काय कोल्हापूरवरून आणलेल्या कलाकाराला दिवसाचे पाचशे पण आम्हाला का तिनशे? आम्हाला पण तेवढेच द्या. मॉबमध्ये असलो म्हणून काय झालं मी पण अभिनय करू शकतो असे वाद वारंवार झडू लागले. वादावादी वाढू लागली. त्यात गर्दीचा वाढता त्रास. नाइलाजाने सुरक्षेसाठी २२ बाऊन्सर्स मागवले गेले. संदीप युनिटला घेऊन आत चित्रीकरणामध्ये, मी बऱ्याचदा मुंबईला आणि जमावाच्या गर्दीच्या ज्वालामुखीच्या तोंडावर राम कोंडिलकर आणि विनेश निकम ठाकलेले असत. सगळे कलाकार उपस्थित असतील तर १५ ऑक्टोबरलाच म्हणजे खूप आधी क्लायमॅक्स चित्रित करायचा संदीपचा आग्रह होता. आशा शेलार, मिलिंद फाटक, मिलिंद शिंदे मुंबईहून येणार होते, तर मनोज जोशी गोव्यावरून. त्याच दिवशी मराठा आरक्षणाचा भव्य मोर्चा कोल्हापूर येथे आयोजित होता. रात्रभर जागरण करून आणि पाठपुरावा करून आम्ही मुंबईहून येणाऱ्या गाड्या पहाटे पाचच्या आत कोल्हापूरचा हायवे क्रॉस करून कर्नाटकात निपाणीमार्गे जाऊन गारगोटीत येतील याची व्यवस्था केली. कारण नंतर कोल्हापूरहून गाडीच काय, मुंग्यांची रांग ही सरकू शकली नसती. अखेर ही सगळी अग्निदिव्यं पार पाडून सलग २७ दिवसांचं शूटिंग प्रस्तावित असताना अवकाळी पाऊस, दिवाळीची सुटी अशा दोन खंडानंतर एकूण ५५ दिवसांचा गोषवारा सोबत घेऊन आम्ही मुंबईमध्ये परतलो.

: ८ :

वरळीच्या माझ्या शासकीय निवासस्थानामध्ये एका खोलीचं आम्ही एडिटिंग रूममध्ये रूपांतर केलं. दिग्दर्शक संदीप पाटील आणि संकलक सुनील जाधव यांनी रोज पहाटे दोन-तीन वाजेपर्यंत काम करण्याचा धडाका लागला. मीही अधेमधे रात्री अपरात्री तिथे डोकावत असे. ३१ डिसेंबरपूर्वी चित्रपट सेन्सॉर आला नसता तर तो वेगवेगळ्या स्पर्धा, आंतरराष्ट्रीय महोत्सव, राज्य आणि राष्ट्रीय पुरस्कार या मानाच्या स्पर्धा यासाठी नियमाप्रमाणे आम्ही तो पाठवू

शकलो नसतो. रात्रीचा दिवस करून संदीपने संकलन संपवलं. कलर करेक्शन, व्ही.एफ.एक्स. स्पेशल साऊंड इफेक्टस, पार्श्वसंगीत या आघाड्यांवर आम्ही झुंजू लागलो. चित्रपटाला चित्रीकरणादरम्यान, सिंक साऊंड म्हणजेच लोकेशन साऊंड हे खर्चीक तंत्रज्ञान आम्ही वापरल्यामुळे काही संवादामधल्या चुका दुरुस्त करण्यासाठी दोन दिवसांच्या डबिंगचा सोपस्कार आटोपल्याने आमचे तेही तीन आठवडे वाचले. दि. २९ डिसेंबर, रोजी सेन्सॉर मंडळाच्या सभासदांसमोर 'दशक्रिया'चे पहिले परिक्षण झाले. वस्तुतः सेन्सॉर मंडळाचे तीन सभासद परिक्षण करतात परंतु "जोगवा" आणि "पांगिरा" सारख्या समस्याप्रधान आणि माझा दोष नसताना वादग्रस्त म्हणून शिक्का बसल्याने "संजय कृष्णाजी पाटील"ने लिहिलेला चित्रपट म्हणून पाच सदस्यांची समिती हजर होती. आम्ही शांतपणे सामोरे गेलो. फारसे वाद-विवाद न होता आणि काही बदलानिशी चित्रपट ३१ डिसेंबर, २०१६ रोजी सेन्सॉरसंमत झाला. आम्ही जानेवारी २०१७ मध्ये नियमाप्रमाणे सगळीकडे प्रवेशिका पाठविल्या आणि निश्चिंत झालो. ८ एप्रिल, २०१७ रोजी राष्ट्रीय पुरस्कारांची दिल्लीहून घोषणा झाली. 'दशक्रिया' सर्वोत्कृष्ट प्रादेशिक चित्रपट ठरला. मनोज जोशी यांना सर्वोत्कृष्ट सहायक

अभिनेत्याचा, तर मला सर्वोत्कृष्ट रूपांतरित पटकथा लेखनाचा (Best Adopted Screanplay) असे पुरस्कार जाहीर झाले. सर्वोत्कृष्ट प्रादेशिक चित्रपटाचा दिग्दर्शक म्हणून 'संदीप भालचंद्र पाटील' या रायगड जिल्ह्यातील उरण तालुक्यातील

कोप्राली या खेडेगावामधल्या तरुण चित्रकर्मीलाही गौरविण्यात आले. दिनांक ३ मे, २०१७ रोजी देशाचे राष्ट्रपती मा. महामहिम प्रणवकुमार मुखर्जी यांच्या हस्ते विज्ञान भवनात हा सन्मान आम्ही रुबाबात स्वीकारला.

त्याआधी तीनच दिवस म्हणजे ३० एप्रिल, २०१७ रोजी राज्य शासनाच्या मराठी चित्रपट पुरस्कार सोहळ्यामध्ये हा चित्रपट ११ पारितोषिकांवर मोहोर उमटवून मोकळा झाला. क्रमाक्रमाने पुढे हा चित्रपट म्युनिच, फ्रान्स आणि बर्लिनमध्येही गाजला. बर्लिनच्या इंडो-जर्मन फिल्म वीकमध्ये याचे तीन हाऊसफुल्ल प्रयोग माझ्या मुलाखतीसहित पार पडले. कलकत्ता इंटरनॅशनल फिल्म फेस्टिव्हल आणि गोवा आंतरराष्ट्रीय चित्रपट महोत्सव (IFFI) येथेही तो गाजला. आम्ही सगळेजण आनंदाच्या लाटांवर विराजमान झालो; पण आमचा हा आनंद फार काळ टिकणारा नव्हता.

: ९ :

कोठारी दाम्पत्य, त्यांचा मुलगा नील कोठारी आणि आम्ही सगळी टीम सर्वांनी सहमतीने शुक्रवार दिनांक १७ नोव्हेंबर, २०१७ हा दिवस प्रदर्शनासाठी मक्रुर केला. प्रदर्शनासाठी पोस्टर्स बनविणे, जाहिराती बनविणे, ट्रेलर्स बनवणे आणि प्रदर्शित करणे असा सगळा रात्रंदिवस चालणारा एक कारखानाच वरळी येथील माझ्या निवासस्थानात सुरू झाला. मला हुरूप आला. मला आधीचे प्री प्रॉडक्शनचे दिवस आठवले. एकाच वेळी लुकटेस्टसाठी मेकअपमन आणि त्याचे चार सहकारी, वेशभूषेसाठी कॉस्च्युम डिझायनर आणि त्याचे सहकारी, प्रत्येक चाचणीसाठी येणारे, जाणारे कलाकार, भान्या आणि किरकिऱ्याची संवादाची तालीम, दिग्दर्शकाच्या टीममधले शेड्युल बनवणारे चारजणं असा त्यावेळी एकदम तीस ते पस्तीस जणांचा जमाव एवढ्याशा घरात जमायचा. आमच्या जेवण, नाष्टा बनवणाऱ्या मावशी इतक्या कंटाळायच्या की, "सायेब तुम्ही जरा शुटिंगची तारीख लवकरची काडा आणि मला सोडवा ह्यातनं" असं करवादायच्या. माझी पत्नी सौ. स्वाती आठवड्याला बारा-पंधरा हजारांचा किराणा न चुकता आणि न थकता पाठवत असे. असो. चित्रपटाचं प्रदर्शन १० दिवसांवर आलं आणि एक ठिणगी पडली. चित्रपटाच्या टीझर मधल्या एका स्त्री व्यक्तिरेखेच्या तोंडच्या वाक्यामुळे विशिष्ट समाजाच्या भावना दुखावल्याचा आरोप सुरू झाला. आणि

मग बघता-बघता सगळ्या वृत्तपत्रांमध्ये आणि वाहिन्यांवर चौफेर वार्तांकनं सुरू झाली. फेसबुक आणि व्हॉट्सअपवरती माझ्या आणि संदीपच्या नावाने अर्वाच्य आणि अश्लील शिव्यांची लाखोली सुरू झाली. तरीही मी शांत होतो; पण परिस्थिती गंभीर बनू लागली. दोन-तीन धमक्यांचे फोन आले तसा मी आक्रमक झालो. ताळतंत्र सोडून शब्द ऐकायला आले की, अस्सल रांगड्या अशा कोल्हापुरी भाषेमध्ये आवाज वाढवून उत्तरं द्यायला सुरुवात केली. अर्ध्या दिवसात फरक पडला. मला फोन बंद झाले आणि संदीपला सुरू झाले. क्रमाक्रमाने संदीपचाही संयम सुटू लागला. मग त्याला फोन येईनासे झाले; पण समाजमाध्यमांवरती राळ उडवणं सुरूच होतं. मी व्यथित झालो; पण गप्प राहिलो. मंगळवार दि. १४/११/२०१७ रोजी ए.बी.पी. माझा या वृत्तवाहिनीवर प्रसन्ना जोशी यांच्या नेतृत्वाखाली "दशक्रिया चित्रपटाला ब्राह्मण महासंघाचा विरोध का?" या विषयावर परिसंवाद झाला. ब्राह्मण महासंघाचे पुणे जिल्हा अध्यक्ष आनंद दवे, समाजशास्त्रज्ञ उत्तरा सहस्रबुद्धे, औरंगाबादचे सामाजिक कार्यकर्ते आणि अभ्यासक श्रीकांत देशपांडे आणि मी असे पाच जण होतो. चित्रपटाचे प्रदर्शन रोखावे किंवा प्रदर्शनाआधी तो मला दाखवावा या आनंद दवे यांच्या दोन्ही मागण्या मी फेटाळून लावल्या. चित्रपट सेन्सॉरसंमत असल्यामुळे समांतर सेन्सॉरशीप चालणार नाही, असे निक्षून सांगतानाच मी संयमित आणि संतुलित भूमिका मांडली. मुंबई उच्च न्यायालयाच्या औरंगाबाद खंडपीठामध्ये महासंघातर्फे याचिका दाखल केली होती आणि त्याची सुनावणीही दि. १७ नोव्हेंबर रोजी होती. इकडे "जय महाराष्ट्र", "टी.व्ही.९', IBN लोकमत, झी या वाहिन्यांवरही संदीप त्यांची भूमिका मांडत होता. एके रात्री अस्वस्थपणे मी डॉ. जब्बार पटेल यांना फोन केला. सगळं सांगितलं. डॉक्टर हसून म्हणाले, अरे कविमित्रा, घाशीराम कोतवालच्या वेळी माझी गाढवावरून वरात काढावी आणि तोंडाला काळं फासावं असा फतवा निघाला होता. मी घाबरलो का? तू एक चांगली कलाकृती केली आहेस. घाबरायचं नाही. सेन्सॉर प्रमाणपत्र आणि राष्ट्रीय पुरस्कारांनी तुझी गुणवत्ता सिद्ध झालेली आहे. प्रदर्शनाच्या आदल्या रात्री चित्रपटाचा प्रीमियर शो संपल्यानंतर अभिनेता सुबोध भावे याने सगळ्या वाहिन्यांसमोर चित्रपटाचं जाहीरपणे कौतुक केलं. डॉ. जब्बार पटेल आणि सुबोध भावे हे दोन अपवाद वगळता मराठी चित्रपट सृष्टीतला एकही महापुरुष मला साधा दूरध्वनीवरूनही धीर द्यायलाही

आला नाही, याचे दुःख मोठे आहे. नाही म्हणायला अजून एक अपवाद आहे. अभिनेत्री मुक्ता बर्वेने तिच्या आईसोबत पार्ल्याच्या सन'सिटी'मध्ये रात्री उशिराचा खेळ बघितला आणि मध्यरात्री फोन करून माझं अभिनंदन केलं की, "सर खूप छान झालाय सिनेमा. अप्रतिम. माझ्या आईलाही आवडलाय."

महाराष्ट्रमधल्या सर्व मल्टिप्लेक्समध्ये आणि सिंगल स्क्रीन थिएटरवरती झेरॉक्स केलेले एक निवेदन रात्रीत पोहोचवण्यात आलं आणि त्यात असा उल्लेख होता की, "दशक्रिया" चित्रपट आपल्या पडद्यावर दाखवू नये अन्यथा काही नुकसान झाल्यास आम्ही जबाबदार नाही. औरंगाबाद न्यायालयामध्ये सन्माननीय न्यायमूर्तींनी हा चित्रपट सेन्सॉरसंमत असल्याने त्याचे प्रदर्शन अडवता येणार नाही असे सांगून याचिका रद्दबादल ठरवली. तशी नाराज लोकांनी औरंगाबादमधल्या चित्रपट गृहांकडे मोर्चा वळवला. मी आदल्याच दिवशी सह्याद्री विश्रामगृहावर जाऊन सांस्कृतिक कार्यमंत्री मा. ना. विनोदजी तावडे यांना भेटून परिस्थिती विशद केली होती. त्यांनी माझ्या समोरच पुण्याच्या पोलीस आयुक्त रश्मी शुक्ला यांना दूरध्वनीवरून सेन्सॉरसंमत आणि राष्ट्रीय पुरस्कारप्राप्त चित्रपट असल्याने काही अनुचित प्रकार घडू नये यासाठी दक्षता घेण्याची विनंती केली होती. पुण्यामध्ये सहा-सात ठिकाणी सुमारे साडेसहाशे ते सातशे आंदोलनकर्त्यांना पोलिसांनी ताब्यात घेतलं आणि नंतर त्यांना सायंकाळी सोडण्यात आलं. औरंगाबाद येथे काही उत्साही कार्यकर्ते चित्रपटगृहामध्ये घुसून सुरू असलेला खेळ बंद पाडू लागले तसे चिडलेल्या जनता जनार्दनाने त्यांना पळवून लावले. कोल्हापूरलाही रसिकांनी जर "दशक्रिया" दाखवायचा नसेल तर इतर कुठलाच चित्रपट दाखवू नका असा हट्ट धरल्यावर चित्रपटगृह मालकाने खेळ सुरू केले. थोड्याफार फरकाने सर्व महाराष्ट्रभर हीच परिस्थिती होती. मात्र, चित्रपटगृहाकडे रसिक वळतच होते. दुसऱ्या आठवड्यात या चित्रपटाचे १९१ पडद्यांवर रोज २७२ या संख्येने खेळ सुरूच राहिले. चित्रपट सहा आठवडे पडद्यावर झळकत राहिला.

पैठण ही शालिवाहन साम्राज्याची जशी राजधानी तशीच ती एकनाथ महाराज नावाच्या थोर संताची आणि क्रांतिकारी समाजसुधारकाची जन्मभूमी आणि कर्मभूमी. पण वास्तवाला आलेली बिभत्स झळाळी झटकून काढणे हे प्रत्येक सर्जनशील माणसाचे कामच असते. त्याच अंतःप्रेरणेतून बाबा भांड यांना ही

कादंबरी लिहाविशी वाटली असणार, राम कोंडिलकर आणि संदीपला याच भावनेतून मी हा चित्रपट लिहावा असे वाटले असणार. दशक्रिया कादंबरीच्या मलपृष्ठावर (ब्लर्ब) चंद्रकांत पाटील यांनी नमूद केलेला एक परिच्छेद वाचणे अत्यंत गरजेचे आहे.

"दशक्रिया ही भानुदास नावाच्या एका शाळकरी मुलाच्या आयुष्याची कहाणी आहे. बुद्धी, चातुर्य व साहस पणाला लावून पोटाची खळगी भरू पाहणाऱ्या, दारिद्र्याने ढासळून गेलेल्या आपल्या कुटुंबाला आधार देण्याचे स्वप्न पाहणाऱ्या भानुदासची ही कहाणी हळूहळू विस्तारत जाते आणि रोगट रूढीमुळे धर्माला आलेली अवकळा, विदारक जातिव्यवस्था, अर्थार्जनांचे एकाच वेळी संतापजनक व करुणाजनक वाटणारे पर्याय, पार कोलमडलेली कुटुंबव्यवस्था, उच्च-नीच अशा अनेक वर्णांना व वर्गांना पोटासाठी एकाच पातळीवर आणणारी विचित्र समाजस्थिती, आधुनिकीकरणाकडे पाठ फिरवणारे समूह, मानवी नात्यांचे पैशामुळे पटापट बदलत जाणारे रंग, मृत्यू आणि धर्माबाबतचे चिंतन, सोनेरी इतिहासाचे सडलेले कातडे अंगावर ओढून सुस्त पडलेली नगरी इत्यादी असंख्य गोष्टींना कवेत घेऊन सद्य:स्थितीचा क्लेशदायक दस्तऐवज बनते."

औरंगाबाद खंडपीठाने याचिका रद्दबादल ठरवण्याच्या निर्णयाचा परिणाम दुपारी पैठण शहरात दिसून आला. सर्व पुरोहितांनी विधी आणि क्रियाकर्म बंद ठेवल्यामुळे जवळ-जवळ दोनशे-अडीचशे विधी प्रलंबित राहिले. आंदोलनकर्त्यांनी मग अभिनव पद्धतीने त्यांचा रोष व्यक्त केला. (लोकशाही प्रक्रियेनुसार तो त्यांचा अधिकारच आहे). माझा आणि संदीपचा भर चौकात फोटो लावून आणि समोर पिठाचे गोळे, हळदीकुंकू, अगरबत्त्या असले आवश्यक सामान रचून जवळ-जवळ तीनशे लोकांनी माझा आणि संदीपचा भर दिवसा आणि भर रस्त्यात दशक्रिया विधी साजरा केला. जिवंतपणीच आम्ही महात्मा पदाला पोहोचलो आहोत याचा आनंद काही छोटा नसतो. त्यामुळे आजही संदीपला मी गमतीने म्हणतो की, तू एक फार मोठा महापुरुष आहेस. कारण की, लोकांच्या मृत्युपश्चात विधी होतात की नाही हे माहिती होत नाही. कधी-कधी एखादाही पुरोहित मिळणे कठीण असते. तुझ्यावर लेका शेकडोंच्या संख्येने जिवंतपणीच तुझा दशक्रिया विधी करायला लोकांमध्ये स्पर्धा लागते हे राष्ट्रीय पुरस्काराच्या तोडीचं पारितोषिक नाही का?

असो. वरील विधानामधला विनोदाचा भाग वगळला तरी वस्तुस्थितीचा निष्कर्ष चिंताजनक आहे असे म्हणावेसे वाटते. राजीव पाटीलच्या दुःखद निधनानंतर त्याच्या मृत्युपश्चात दशक्रिया विधीच्या वेळी दुःखाच्या भरात मी लिहिलेल्या अभंगापासून सुरू झालेला हा अनुभवप्रपंच मी माझ्या आणि संदीपच्या जिवंतपणी पार पडलेल्या दशक्रिया विधीपाशी संपवतो. बाबा भांड यांची कादंबरी ते- 'पडद्यावर साकारलेला चित्रपट या जगणे समृद्ध करणाऱ्या अनुभवांचा हा प्रवास इथे वर्तुळ पूर्ण करेल असा मी नम्र विश्वास व्यक्त करतो.

- संजय कृष्णाजी पाटील
(पूर्वप्रसिद्धी - रुची डिसेंबर २०१८)

बाबा भांड यांच्या

‘दशक्रिया’

या कादंबरीवर आधारित सामाजिक मराठी

चित्रपट...

दशक्रियेची चित्रकथा

पटकथा/संवाद/गीतरचना

संजय कृष्णाजी पाटील

लेखन कालावधी

१) दि. ०४ ते ०७ ऑक्टोबर २०१४ ---------- लोणावळा

२) दि. १० ते ११ फेब्रुवारी २०१५ ---------- लोणावळा

३) दि. १४ ते १७ फेब्रुवारी २०१५ ---------- वरळी, मुंबई

४) दि. १० ते १२ जुलै २०१५ -------------- लोणावळा

५) दि. १७ ते १८ ऑगस्ट २०१५ ---------- लोणावळा

६) दि. १२ ते १३ सप्टेंबर २०१५ ---------- लोणावळा

७) दि. १४ नोव्हेंबर २०१५ -------------- पनवेल

८) दि. १० जानेवारी २०१६ -------------- पनवेल

संस्करण : सहावे

९) दि. ०६ व ०७ मार्च २०१६ -------------- पनवेल

१०) दि. १२ व १३ मार्च २०१६ -------------- पनवेल

११) दि. १९ मार्च २०१६ -------------- पनवेल

१२) दि. २६ मार्च २०१६ -------------- पनवेल

संस्करण : सातवे

१३) दि. १८ व १९ जून २०१६ -------------- पनवेल

१४) दि. २५ व २६ जून २०१६ -------------- पनवेल

१५) दि. ०६ जुलै २०१६ -------------- पनवेल

१६) दि. २३ जुलै २०१६ -------------- पनवेल

दृश्य क्रमांक : १ **सकाळ/नाथघाट, मंदिर आणि परिसर**

गर्द झाडीमध्ये एक अत्यंत सुदंर आणि वास्तुशिल्पाचा उत्तम नमुना असलेले प्राचीन मंदिर दिसू लागते. कॅमेरा मंदिराच्या शिखरावरून सरकत सरकत खाली येतो आणि मंदिराच्या परिसरामध्ये आणि पटांगणावरती फिरू लागतो. त्याच्या पार्श्वभूमीवर मंगल ध्वनीमध्ये सुरू असलेले शास्त्रशुद्ध मंत्रोच्चार ऐकायला येऊ लागतात. दिगंबर भटजींच्या नेतृत्वाखाली एक मंगलकार्य सुरु असल्याचे दिसू लागते. दिगंबरच्या भोवती अजून एक दोन भटजीही सोवळ्यामध्ये दिसू लागतील, ज्यांचा वापर या पुढील जमावाच्या दृश्यामध्ये होऊ शकेल. ज्यांचे मंगलकार्य आहे ते लोक दाटीवाटीने पण भक्तिभावाने बसलेले दिसतात. घोळक्यामध्ये गोरक्ष कुलकर्णी हा अत्यंत गोरागोमटा असा शाळकरी मुलगाही बसलेला आहे. इतक्यात तिथे पत्रे सावकार येतात तसा दिगंबर आदराने उठतो. पत्रे सावकार सगळ्यांचा नमस्कार स्वीकारतात. अत्यंत ऐटीत गाभाऱ्यात बसून राहतात. ज्यांचे मंगलकार्य आहे ते सगळे लोक पत्रे सावकारांकडे आदराने बघत राहतात.

पत्रे सावकार त्यांच्या नेहमीच्या मसलतीच्या ठिकाणी येऊन बसतात. तर तिथे काही लोक त्यांची वाट बघत बसलेले दिसत आहेत.

पत्रे : *हां बोला. कोणाचं काय गाऱ्हाणं आहे?*
(एक जण उठून बोलू लागतो. मंगलध्वनी वाढत जातो.)

-- X --

(नारायण आणि हणमंत S.T. Stand वरती एका पेपरमध्ये काहीतरी वाचत आहेत.)

नारायण : श्रद्धांजलीमध्ये तर छापलंय दशक्रिया विधी आज रोजी पैठण मुक्कामी, गोदामाईच्या कुशीमध्ये साजरा होणार म्हणून.

हणमंत : गावाचं नाव नीट वाचा. सायगाव बुद्रुकच ना?

नारायण : आता तू मला अक्षरं शिकवतोस होय रे हणमंता?

हणमंत : पण सायगाव पैठण गाडी आठलाच आली असेल.

नारायण : एसट्या कधी लेट होत नाहीत काय?

हणमंत : तेही खरंच. पण काही म्हणा नारायणपंत स्टॅंडवरती येऊन पेपर वाचण्याचे दोन फायदे होतात.

नारायण : दोन?

हणमंत : म्हणजे कोणाचा दशक्रिया विधी कधी आणि मंडळी कोणत्या एस.टी.ने येणार ते कळतं एक.

नारायण : आणि दुसरं?

हणमंत : काल लावलेला आकडा आज काय फुटला तेही कळतं.

नारायण : (रागाने) ते आकड्याचं गणित तुझं एकट्याचं, माझं नव्हे. समजलास?

(त्यांचे वाक्य न ऐकताच हणमंता ''आली आली सायगाव पैठण आली'' असे उच्चारत स्टॅंडमध्ये घुसणाऱ्या गाडीकडे धावू लागतो, पाठोपाठ नारायण भटजी सुद्धा.)

(कॅमेरा मंदिराच्या शिखरावरून पुढे सरकतो. गोदावरीच्या काठाकाठाने फिरू लागतो. तीन चार छोटे छोटे सजवलेले मंडप थोड्या थोड्या अंतरावर उभारलेले दिसू लागतात. लांबून एखादा ट्रक येऊन थांबतोय, त्यांच्या हौद्यामधून माणंस धडाधडा उतरताना दिसू लागतील. ठिकठिकाणी दशक्रिया विधीची साग्रसंगीत मांडणी केलेली दिसू लागते. कुठे मंडपात तर विधीच्या मांडणीसमोर दीनवाणेपणाने बसलेली, दुःखात बुडालेली, ऊनपावसात रापलेली, मध्यमवर्गीय माणसे दिसू लागतील. कुठल्याशा एका मंडपामध्ये कीर्तन चालू आहे. कीर्तनकार बोलू लागतो. समोर बसलेले लोक भक्तिभावाने ऐकत राहतात.)

''आज या ठिकाणी शांतिब्रह्म एकनाथ महाराजांच्या पदस्पर्शाने पावन झालेल्या दक्षिण काशी पैठणमध्ये गोदावरीच्या या पवित्र कुशीत वैकुंठवासी श्रीमती सरस्वतीबाई घुले मौजे वरसगाव

यांना जाऊन आज दहा दिवस झाले. म्हणून त्यांच्या दशक्रिया विधीच्या निमित्ताने त्यांच्या मुलगा, मुलगी, सून, जावई, नातवंडे तसेच आप्तेष्ट यांनी काहीतरी परमेश्वर चिंतन व्हावे, नामसंकीर्तनाचा गजर गोदातटी घुमावा या उदात्त हेतूने या कीर्तनाचे आयोजन केलेले आहे.''

"बोला पुंडलिक वरदे हरी विठ्ठल

श्री ज्ञानदेव तुकाराम.................''

(वरील कीर्तनाच्या पार्श्वभूमीवर कॅमेरा फिरत राहील. कोरसचा आवाज, टाळमृदंगाचा आवाज ऐकायला येईल. कॅमेरा पुढे सरकेल तसा एके ठिकाणी तुकाराम न्हावी कोणाची तरी हजामत करताना दिसेल. वस्तऱ्याने केस भादरता भादरता मधेच उठून बाजूला जाईल आणि शेजारच्या विधीच्या ठिकाणी डोकं भादरलेल्या परंतु अजून मिशी न काढल्यामुळे ताटकळत बसलेल्या गिऱ्हाइकाची मिशी भादरून येईल. आणि मग परत पहिल्याचे केस पूर्ववत भादरायला सुरुवात करेल. तुकारामाच्या बाजूनेच चार पाच लहान पोरं हातामधल्या चाळणी आणि कमरेची चड्डी सावरत नदी पात्राच्या दिशेने धावताना दिसू लागतील. पोरांच्या पाठोपाठ

दमदार पावलं टाकत जाणारा मजबूत हाडा पेराचा नाम्या दिसू लागतो. नदीपात्रामध्ये अगोदरच काही स्त्री-पुरुष आणि मुलं चाळणी सांभाळत आणि हातामधल्या लोहचुंबकाच्या दोऱ्या पाण्यातून ओढत काहीतरी शोधत असलेली दिसू लागतात. नदीच्या पात्रातून चाळणी सांभाळत ओल्या अंगाने तीन चार लहान पोरं बाहेर येऊ लागतात. तसा नाम्या पोरांना अडवतो त्यांच्या मुठीमधले काही पैसे आणि ऐवज हिसकावून घेताना दिसू लागतो, तुकाराम न्हावी वस्तरा धुता धुता गिऱ्हाइकाकडून घेतलेले पैसे व्यवस्थित मोजून घोकटीमध्ये ठेवताना दिसू लागेल. तिकडे हिरमुसलेली पोरं रडत आणि मुसमुसत जाताना दिसू लाागतील. एखाद्या ठिकाणी पत्रावळीवर ठेवलेल्या नैवेद्यातील पदार्थांकडे आशाळभूत नजरेने बघताना दिसू लाागतील.)

-- X --

कॅमेरा नाथघाटावरून सरकत सरकत जॅकवेलजवळ येईल. कोंडाळं करून जुगार खेळण्यात गुंग असलेलं टोळकं दिसू लागतं. या टोळक्यामध्ये पिराजी, शहाजी, तुकाराम न्हावी, सदाशिव आणि पत्रे सावकाराचा मुलगा हे सगळेजण दिसू लागतील.

शहाजी : ए सदाशिवऽऽ कशाला बघतोस रे दुसऱ्याची पानं?

पिराजी : सदोबा नो चिटिंग नो चिटिंग आदर वाईज तुकाराम्स वस्तरा विल मेक युवर आडवं तिडवं कटिंग.

तुकाराम : काय रे पिराजी? सारखा सारखा इंग्रजी झाडतोस. तुझ्या बारशाचा पाळणा हालत होता तेव्हा तुझ्या घरावरनं इंग्रजांचं विमान गेलं होतं का काय?

पिराजी : होय तर? टेक वन गोविंद गं टेक वन गोपाळ गंऽऽ

शहाजी : बोलतोय इंग्रजी पण पितो मात्र देशीच.

(सगळेजण खदखदून हसूं लागतात.)

-- X --

(कॅमेरा एका मंडपामध्ये जमलेल्या जमावावरती स्थिरावतो आणि मग पत्रावळीवरील नैवेद्यावरून मागे सरकतो तर तिथे अत्यंत दुःखीकष्टी चेहऱ्याच्या माणसांचा घोळका दिसू लागतो. एक मध्यमवयीन पुरुष क्रियाकर्मासाठी बसलेला आहे. बाजूला त्याची बहीण आणि बायकोही आहे. इतर काही नातेवाईक बसलेले आहेत. केशवभटजी नावाचे अत्यंत करारी चेहऱ्याचे एक गुरुजी हे सर्व विधी सांगत आहेत. विधीला बसलेला पुरुष अत्यंत भावनाविवश आणि रडवेला झालेला आहे. त्याची बहीण आणि बायको एकमेकींकडे बघून नजरेने आधार शोधत असल्यासारख्या दिसत आहेत.)

केशवभटजी : अशा रीतीने पैठणच्या या पवित्र भूमीत आणि गंगेच्या कुशीत तुमच्या मातोश्री श्रीमती लक्ष्मीबाई सकपाळ यांचा दशक्रिया विधी यथासांग आणि शास्त्राप्रमाणे पार पडलेला आहे. एक पुत्र म्हणून हे विधीकार्य तुम्ही अत्यंत निष्ठेने आणि नेटाने पार पाडल्यामुळे तुम्ही समाजाच्या कौतुकास पात्र ठरलेले आहात.

(पुरुष हमसाहमशी रडू लागतो, रडता रडता हंबरडा फोडतो.)

पुरुष : गेली सोडून कायमची ऽऽ पोरका झालो की गं आई मी ऽऽ आभाळ फाटले की ग आई माझे ऽऽ

बहिण : दादा ऽऽ दादा ऽऽ आवर दादा ऽऽ ए दादुल्या ऽऽ

पुरुष : सगळ्या गावाची धुणी भांडी केली, कष्टाला कमी पडली नाहीऽऽ पदर घट्ट करून उभी राहिली आणि मला माझ्या बापूच्या मागं घडवला, वाढवला मास्तर केला. आई तुझ्या पायावरती डोकं आपटू देत की गं आई ऽऽ

(त्याची बायको आणि बहीण त्याला आवरू पाहतात.)

केशवभटजी : मातोश्रींच्या नावानं पादत्राणं, कपडे, छत्री काही आणलं असेल ते आणा इकडे ऽऽ

(एक दोघे जण एका चटईवर ठेवलेल्या वस्तू जवळ आणतात.)

केशवभटजी : (जांभई देत) आता माझ्या दक्षिणेचं तेवढं बघा.

पुरुष : आई ऽऽ ए माझे आई ऽऽ एकदा तरी डोक्यावरनं हात फिरव की गं बाई ऽऽ

(एक जण पुढे होतो. बंडीच्या खिशातून पन्नासच्या चार नोटा काढून त्यांच्या हातावर ठेवतो. इकडे पुरुषाचा आक्रोश सुरूच आहे. केशवभटजी चारही नोटा देणाऱ्याच्या अंगावर फेकतात. वातावरणामध्ये तणावपूर्ण शांतता नांदते.)

केशवभटजी : माझ्यासारख्या धर्ममार्तंडाला निम्मेच पैसे देता होय?

बहीण : अहो पण गुरुजी जेवढे द्यायचे असतात तेवढेच दिले. गोड मानून घ्या.

(याचवेळी बाकी सर्वजण शर्टाच्या, लेंग्याच्या खिशात हात घालून हाताला लागेल तशा पाच-दहा-वीसच्या नोटा जमवू लागतात.)

केशवभटजी : पोरखेळ वाटला का तुम्हाला? आईच्या आत्म्याचा तळतळाट झाला तर बसाल कोकलत आयुष्यभर.

(पुरुष हवालदिलपणे पुढे सरकतो आणि केशवभटजींच्या पायावर कोसळतो.)

पुरुष : असेल नसेल ते सगळं काढून देतो. माझ्या आईच्या जीवाला शांती लागू देत महाराज.

पाहिजे तर माझा जीव गहाण ठेवतो, माझ्या कातडीचे जोडे बनवून तुमच्या पायात घालतो महाराज; पण माझ्या आईच्या आत्म्याला थंडावा लागू द्या महाराज.

(तो ओक्साबोक्सी रडू लागतो. त्याची बहीण आणि बायको त्याला सावरू पाहतात. जमावाशेजारी येऊन काही नागरिक थक्क नजरेने हा प्रसंग बघत उभे असतात. कॅमेरा सगळ्यांच्या चेहऱ्यावरुन सरकत लांब दूरपर्यंत नाथघाटावर फिरत राहतो. **याला जोडूनच सिनेमाची शीर्षकं (Titles) सुरू होतात.**)

●●●

दृश्य क्रमांक : २

(दोरा तुटलेला एक पतंग हवेतून लोंबकळत जाताना दिसतोय. दगड धोंड्यामधून, शेताबांधावरून आणि खाचखळग्यातून अनवाणी पायांनी पतंगाच्या लोंबकळणाऱ्या दोऱ्याचा पाठलाग करणारा अकरा बारा वर्षाचा भान्या दिसू लागतो, तर त्याचा पाठलाग करणारे, त्याला हाका मारत सावध करणारे हेमा आणि मंदाकिनी ह्या त्याच्या दोन बहिणी, किरकिऱ्या हा वर्गमित्र, भान्याच्या मामाची मुलगी शकू अशी सगळी वानरसेना दिसू लागते. भान्या जिवाच्या आकांताने धावत धावत पतंगाचा दोरा पकडतो आणि आनंदाने नाचू लागतो, तसेच बाकीचे सगळेजण जागच्या जागी थयाथया नाचू लागतात.

या पार्श्वभूमीवर लहान मुलांचे गाणे सुरू होते. (P.B.S.1)

फळ्यावरती पाढं
तरी पाठांतर थोडं
शाळा सोडून फिरतानं
वाटतं फार गोड
सपनात येऊ उसासलं
गुरुजींचं म्हातारं गचाकलं
शाळेत येऊन पचाकलं

गोविंद घ्या कुणी गोपाळ घ्या
भूगोलाच्या तासाला गणिताचं भ्या
इतिहासात जाय विज्ञानाचा पाय
भूमितीला नागरिकांचं पडलंय काय?
भौतिकाची रांग कानामदी सांग

रसायनाच्या नानाची तुटलीया टांग
जीवशास्त्र माझं बघ उबागलं
गुरुजींचं म्हातारं गचाकलं
शाळेत येऊन पचाकलं

पाखरांची रांग
ढगोबाला सांग
आभाळाच्या डोईचा
मोडू नको भांग
हिरवं हिरवं रान
हरकलं भान
म्हशीवरनं बैलाची
ओढू नको टांग
धोतरातलं पाय
आभाळात जाय
म्हातारं सपनात
धोपटल काय?
ढिंच्यॅक होऊन उधाळलं

फळ्यावरती पाढं
तरी पाठांतर थोडं
शाळा सोडून फिरतानं
वाटतं फार गोड
सपनात येऊन उसासलं
गुरुजींचं म्हातारं गचाकलं
शाळेत येऊन पचाकलं

गाण्याच्या अनुषंगाने या सगळ्या पोरांचे दंगेखोरपण, मस्ती, जल्लोष हे
सगळे दिसू लागते. भान्या झाडाच्या फांदीवर उभा राहून फांदी जोरात हालवू

लागतो तशा चिंचा खाली पडू लागतात. तिन्ही पोरी त्या जमिनीवरच्या चिंचा वेचू लागतात. भान्या आणि किरकिऱ्या सुरपारंब्यांचा खेळ खेळू लागतात. मध्येच भान्या एका मोठा खोल विहिरीमध्ये उडी मारतो. सगळे काठावरून आश्चर्याने बघत राहतात. तर दुसऱ्याच ठिकाणी पाण्यातून उसळी मारून भान्या बाहेर येतो. बाकीचे टाळ्या वाजवून नाचू लागतात. नदीच्या पाण्यात पोहणाऱ्या एका म्हशीच्या पाठीवर ऐटीत बसलेला भान्या दिसून लागतो.

पोरी एका पायावर उभ्या राहून तोल सावरत "जिलब्या ऽऽ जिलब्या" खेळताना दिसू लागतात. दोन बाजूंच्या दोन दगडांवर बसून किरकिऱ्या आणि भान्या हे एकाग्रतेने बघताना दिसतात. भान्या ऐटीत दोरी फेकतो तसा त्याच्या हातामधला भोवरा मातीत जाऊन वेगाने गरागर फिरू लागतो. भान्या पुढे होऊन फिरणारा भोवरा दोरीच्या सहाय्याने परत हवेत खेचतो आणि तळहातावर झेलतो. मस्तीत नाचणाऱ्या भान्याच्या हातावर फिरणारा भोवरा दिसू लागतो. नदीमधून एक नाव चाललीय. सगळी मुलं नावेमध्ये बसलेली आहेत. भान्या मध्येच पाण्यात हात घालतो आणि एक मोठा मासा अलगदपणे पाण्याच्या वर उचलतो, सगळी पोरं टाळ्या पिटून नाचू लागतात.

●●●

दृश्य क्रमांक : ३ **रात्र/मामाच्या घराचे अंगण**

(सगळेजण मामाच्या घराच्या अंगणात बसलेले आहेत. भान्याच्या खरचटलेल्या पायांना त्याची आई शांता वाटीतले तेल चोळते आहे. भिंतीच्या खुंटीवर भान्याने दुपारी पकडलेला पतंग लोंबकळताना दिसतोय. खाटेवरून पाय खाली सोडून बसलेल्या मामीच्या पायांमध्ये शकू बसलेली आहे. मामी तिचे केस विंचरते आहे. बाजूला मामा बसलेला आहे. समोरच सोडून ठेवलेली बैलगाडी दिसत आहे.)

हेमा/मंदाकिनी : आई ऽ आई ऽ आज दुपारी भान्या नदीत पोहणाऱ्या म्हशीच्या पाठीवर जाऊन उभा ऱ्हायला होता.

शांता : पडला असता म्हंजे रे?

शकू : पडला असतास? मधीच म्हशीनं डुबी मारली तसा भान्या पाण्यात डुबुक ऽऽ
(खुदकन हसते तसे सगळेजण हसू लागतात.)

मामी : शकू ऽ माझा जावई बापू असा बुडायचा नाही. आणि बुडाला तरी कुणाला कळायच्या आत पाण्यातनं वर उगवून येईल बरं का गं तुझा दादला? (शकू लाजते)

मामा : भान्या सांभाळून रे बाबा. तुला काय कुठं खरचटलं तर तुझा बापू बोंब मारील माझ्या नावानं. म्हणेल असला कसला म्हणायचा भान्याचा मामा. भान्याची काळजीच घेत नाही.

शकू : आत्ती ऽऽ आज भान्या कोणतं गाणं म्हणत होता माहिताय काय?
"गुरूजींचं म्हातारं गचाकलं
शाळेत येऊन पचाकलं"
(सगळेजण हसू लागतात)

शांता : (लटक्या रागाने) गुरुजींनी भर वर्गात धोपटून काढला तुला की अक्कल येईल भान्या.

(भान्या खाली मान घालतो आणि चोरट्या नजरेने शकूकडे बघत राहतो.)

●●●

दृश्य क्रमांक : ४ **सकाळ/शकूच्या मैत्रिणीच्या घराचं अंगण**

शकूच्या मैत्रिणीच्या, छबूच्या घराचं सजवलेले अंगण दिसू लागतं. छोटाश्या मंडपाला फुलांच्या माळांनी आणि आंब्याच्या डहाळ्यांनी सजवलेले आहे. शकूच्या मैत्रिणीचा साखरपुडा सुरू आहे. लहान मुलं इकडे तिकडे हुंदडताना दिसत आहेत. पुरुष मंडळी टोपी आणि फेट्यांमये तर बायका नऊवारी लुगड्यांमध्ये लगबगीने वावरताना दिसत आहेत. समोर ऐसपैसपणे मांडी घालून बसलेल्या लोकांमध्ये छबुचा होणारा नवरा सगळ्यात पुढे बसलेला आहे. साडी नेसलेल्या छबूला दंडाला धरुन दोन तीन बायका मंडपाकडे घेऊन येताना दिसू लागतात. ठेवणीतल्या परकर पोलक्यामध्ये वावरणारी शकूही छबूच्यासोबत येताना दिसते. भान्या आश्चर्याने एकदा छबूकडे, तिच्या होणाऱ्या नवऱ्याकडे बघतो. नंतर एकटकपणे शकूकडे बघत राहतो. मध्येच छबू सगळ्यांना ऐकायला जाईल अशा आवाजात शकूला म्हणते.

छबू : तुझा दादला बघ. तुझ्याकडे कसा टकामका बघतोय.

(शकू खेळकरपणे हसत भान्याकडे बघते. भान्या लाजून मान खाली घालतो. बाकीच्या पोरीही खिदळतात.)

●●●

दृश्य क्रमांक : ५ **सकाळ/मामाच्या घराचं अंगण**

मामा बैलगाडी जुंपतो आहे. भान्या, हेमा, मंदाकिनी आणि किरकिऱ्या निघण्यासाठी तयार आहेत. शांता मोठ्या भावाच्या आणि वहिनीच्या पाया पडते तशी वहिनी जपून जावा सांभाळून ऱ्हावा असे म्हणते. अचानक लांबून भान्याचा भाऊ निवृत्ती रडत रडत धावत येतो. त्याला बघून शांताला आश्चर्याचा धक्काच बसतो.

शांता : निवृत्ती? का रे बाबा ? तू कसा काय आलास तुझ्या बापाला सोडून?

(निवृत्ती रडता रडता एका दिशेला बोट करतो. लांबून कोणाच्यातरी येण्याचा कानोसा लागतो. एकजण दुसऱ्याला सरळ चालवायचा प्रयत्न करतोय, दुसऱ्याला सरळ चालता येत नाही त्याचा तोल जातोय, अंदाज येऊन शांता अंगणाच्या पुढे येऊन बघू लागते तर पिराजीने विठ्ठलला म्हणजेच भान्याच्या बापाला हाताला धरून आणलंय. विठ्ठलला दारूच्या नशेमुळे धड चालता येत नाहीय.)

शांता : पिराजी ऽऽ आमचा धनी कुठे सापडला तुला?

पिराजी : तुम्ही सगळे इकडे आल्यापास्नं MIDCत कामावर सुद्धा दारू पिऊन जायला लागलाय. एकदम फुल्ल म्हणजेच फुल्लंच लोडेड.

शांता : मग् ह्याच्या सायबाला कळलं का काय हा बेवडा आहे ते?

पिराजी : कळलं? त्यानं सरळ कॉलरला धरून मेडिकलला पाठवला नगरपालिकेच्या दवाखान्यात.

शांता : आता रे देवा ऽऽ

पिराजी : हे काय? कामावरनं काढल्याचा कागदच दिलाय सायबानं. सस्पेंड म्हंजे सस्पेंडच.

(शांता खाली पडून शोक करू लागते, स्वतःला हाणून बडवून घेऊ लागते.)

शांता : आता काय करावं या कर्माला? मी तरी एकटीने कुठे पुरे पडावं गं बाई ऽऽ हा असा कसा माझा जन्म नासला ग बाई ऽऽ तुला भाड्या रात्रीची पिऊन पुरे होत नव्हती म्हणून आता दिवसाची घोटायला लागलास होय रे काळतोंड्याऽऽ माझ्या संसाराचा घोट घेतला गं बाई या दारूनं

(मामी येऊन शांताला आवरू पाहतेय. भान्यासहित सगळी पोरं विस्फारल्या डोळयांनी हे बघत राहतात.)

●●●

दृश्य क्रमांक : ६ **सकाळ/गल्ली**

शाळेचा गणवेश घालून हातामधली दप्तरं सांभाळत शाळेला जाणारी असंख्य मुलं-मुली दिसू लागतात. या मुला-मुलींमध्ये भान्या, हेमा, मंदाकिनी, निवृत्ती आणि भान्याचा वर्गमित्र किरकिऱ्याही आहेत. सगळी मुलं शिस्तबद्ध पद्धतीने चालत, दप्तर सांभाळत शाळेच्या दिशेने निघालेली आहेत. भान्या आणि किरकिऱ्या चालणे हळू करतात. एकमेकांकडे सहेतुकपणे बघतात. आणि शाळेत आत न जाता शाळेच्या गेटवरूनच चोरुन आत बघतात. आणि हळूच मागे फिरतात. तिकडून शहाजी भगत त्याच्या म्हशी हाकत येताना दिसतो. शहाजी चालता चालता भान्याच्या डोक्यात एक टपली मारतो.

●●●

दृश्य क्रमांक : ७ **सकाळ/पैठणमधली गल्ली**

(कॅमेरा पुढे सरकतो तसतसा गल्लीच्या दुसऱ्या टोकाकडून रस्ता झाडत येणाऱ्या तीन चार बायकांचा घोळका दिसू लागतो. बायका रस्ता झाडता झाडता आपापसात गप्पा मारत आहेत. त्यामध्ये भान्याची आई शांता, सदाशिवची बायको, शहाजीची बायको आणि तुकाराम न्हाव्याची बायकोही आहे.)

तुकारामची बायको : काय शांता? काय कमी आहे का नाही विठ्ठलरावांचं दारूकाम?
(शांता खिन्नपणे नकारार्थी मान हलवते.)

सदाशिवची बायको : त्या वामन ठाकूरच्या देशी दारूच्या दुकानाला पैली काडी लावायला पाहिजे, त्याशिवाय ही आपली पुरुषमंडळी सुधारायची नाहीत.

तुकारामची बायको : नाहीतर त्याच्या दुकानातल्या सगळ्या बाटल्या गोदावरीत नेऊन फोडल्या पाहिजेत.

शांता : त्यापेक्षा त्या भाड्या वामन्यालाच गोदावरीच्या पात्रात बुडवला पाहिजे.

तुकारामची बायको : शांता अगं आत्याबाईंना भेटलीस की नाही?

शांता : का बरं?

सदाशिवची बायको : आमच्यासारखं तुलापण पैठणीच्या कारखान्यावर रोज दुपारचं कामावर घ्यायचं म्हणत होत्या.

(शांता झाडू मारता मारता थबकते. तिचे डोळे आनंदाने चमकतात.)

●●●

पत्रे सावकार झोपाळ्यावर बसलेले दिसतात. बाजूला सावकारीणबाई आहेत. भिंतीच्या कडेला चाळणी रचून ठेवलेल्या दिसताहेत. भान्या आणि किरकिऱ्या ओसरीपाशी येतात.

पत्रे सावकार : गेल्या आठवड्याचे याचे पैसे राहिले की रे भान्या?

किरकिऱ्या : मालक बुडीवनार नाही.

पत्रे सावकार : ए बुडीवनारच्या ऽऽ गोदावरीच्या पाण्यात चाळण बुडवून बुडवून जमा झालं होतं की नाही काही.

किरकिऱ्या : होय तर?

पत्रे सावकार : मग?

भान्या : ह्याच्या बापूला ॲडमिट केला होता तिकडे खर्च झाले.

पत्रे सावकार : कसला आजार झाला रे तुझ्या बापाला?

किरकिऱ्या : दारू जास्त झाली त्याला.

भान्या : सलाईनमधनं दारूच लावा असं डॉक्टरला म्हणत होता ह्याचा बापू.

(भान्या आणि किरकिऱ्या दात काढत हसू लागतात. सावकारणीबाईही तोंडाला पदर लावून हसतात. पोरांच्या इब्लिसपणाकडे कौतुकाने बघत राहतात.)

पत्रे सावकार : (चिडून) हसतात लेकाचे दात काढून. पुढच्या आठवड्यात सगळा हिशोब संपवून टाकायचा. काय?

(दोघेही होकारार्थी मान हलवतात.)

सावकारीण : आणि काय रे भान्या? शाळा काय म्हणतेय?

भान्या : (मिश्कीलपणे) आहे की जिथल्या तिथं.

पत्रे सावकार : अरे गाढवा शाळा कशाला जाईल दुसरीकडे? तुमचा अभ्यास आहे की नाही जागेवर?

किरकिऱ्या : होय तर. भान्याला ह्या वर्षी स्कॉलरशिप परीक्षेला बसवायचं ठरलंय.

सावकारीण : कोणी ठरवलंय?

किरकिऱ्या : मीच की. अजून दुसरं कोण ठरवणार?

पत्रे सावकार : तू काय त्याचा पालक आहेस होय रे मूर्खा

(दोघेही चाळणी घेऊन हसत बाहेर पडतात. सावकार आणि सावकारीण एकमेकांकडे बघून हसतात.)

●●●

दृश्य क्रमांक : ९ **सकाळ/नाथघाट**

(नाथघाटावरची छोटी छोटी झुडपं दिसत आहेत. भान्या दफ्तर सांभाळत धावत येतो आणि दोन झुडपांच्या मध्ये दप्तर लपवतो आणि चाळण हातात घेऊन समोर बघू लागतो. समोर एक जीप येऊन थांबते. जीपमधील चार माणसं खाली उतरतात. त्यात एक मध्यमवयीन बाईही आहे. जीपचा ड्रायव्हर मागच्या सीटखालचं बोचकं काढतो आणि "हे ऱ्हायला बघा तुमचं" असं म्हणत ते बोचकं दाणकन जमिनीवरती आपटतो. तशी ती बाई दु:खाने करवादत जमिनीवर बसते.)

बाई : माझ्या बाईला जमिनीवरती हापटीली गं बाई ऽऽ या ड्रायव्हरवाल्यानं आपटली गं बाई ऽऽ तिच्या जिवाला कसं लागलं आसनं गं बाई ऽऽ

माणूस : आक्का ऽऽ गप आता जरा ऽऽ आता तुझं ती थोडंच ऐकणार आहे?

(सगळेजण बोचकं घेऊन पुढे सरकू लागतात ती बाई हुंदके देत शोक करतेच आहे.)

बाई : कितीदा सांगितलं तरी पैठणला आली न्हाई गं ऽऽ आता कशी जीपड्यात बसून आली गं ऽऽ बाई ऽऽ तुला आता कशी गंगेच्या पाण्यानं आंगुळ करावीशी वाटली गं बाई ऽऽ

भान्या : (अत्यंत समजूतदारपणे) राख सावडायच्या दिवशी आंस रडू नका त्यांच्या आत्म्याला यातना व्हतील. जरासं रडं दाबून धराऽऽ

(तो माणूस खिशातून दहा पंधरा नाणी काढतो आणि त्या बोचक्यात ती टाकून पाण्याकडे जाऊ लागतो.)

भान्या : थांबा दादा थांबा. राख अशीच पाण्यात टाकू नका. हां असं वरलाकडं तोंड करा. हां असं हां पोतं खांद्यावर घ्या. आता मागं न बघता हळूहळू राख पाण्यात सोडा

(तिघेजण एकमेकांकडे बघू लागतात.)

भान्या : आसं नाही केलं तर तुमच्या आईला सर्गात जागा मिळणार नाही.

बाई : बापू कर बाबा ते पोरगं सांगतय तसं.

(माणूस त्यांच्या सूचनेनुसार करू लागतो.)

भान्या : सगळेजणं पोत्याला हात लावा. वारलेल्या माणसाचं नाव घ्या आणि हळूहळू राख सोडत ऱ्हावा ऽऽ

(भानुदास हातामधली चाळण राखेच्या खाली धरतो. राख चाळणीतून खाली पडू लागते. एका हाताने पोत्याला दाबता दाबता भान्या दुसऱ्या हाताने चाळण हालवत राहतो. तो माणूस तोंडाने आईचं नाव पुटपुटू लागतो. राख संपते तशी भान्या चाळणी मधली नाणी काढून चड्डीच्या खिशात टाकतो.)

भान्या : पोतं द्या फेकून आणि आंघोळ करा सगळेजण.

बाई : बापू नवं कोरं पोतं हाय ते. धुऊन बरोबर न्हेऊ या.

भान्या : तसं केलं तर पाप केल्यावानी हुईल. तुमच्या आईचा आत्मा फिरत राहील इकडं तिकडं.

(सगळेजण पाण्यात डुब्या मारत असतानाच भान्या पोतं घडी करून डोक्यावर घेतो आणि काठाच्या दिशेने चालू लागतो. दुसऱ्या दिशेने चाळण सांभाळत धावत येणारा किरकिऱ्या दिसू लागतो.)

●●●

दृश्य क्रमांक : १० **सकाळ/नाथघाट**

एका मंडपाशेजारी नारायण भटजी येतात. एका माणसाकडे बघून अत्यंत लोचटपणे हसतात. समोरचा तो माणूसही हसतो. तसे ते त्याच्या जवळ जातात.)

नारायण भटजी : नमस्कार ऽऽ ओळखलं की नाही?

माणूस : ओळखलं नाही असं नाही खरं.....आता काही आठवत नाही.

नारायण भटजी : अहो मी नारायण पूर्णपात्रे. गेल्या वर्षी नाही का तुमच्या काकूचा दशक्रिया विधी मी केला होता. अहाहा काय ती धर्मनिष्ठा! एकवीस ब्राम्हणांच्या भोजनाची ती रांग अजून आठवते.

माणूस : माझी काकू ? अहो तिला काय धाड भरलीय? तुमचा नि माझा दोघांचाही दशक्रिया विधी जेवून ढेकर देईल ती.

नारायण भटजी : काहीतरी गफलत होतेय खास ऽऽ सावरगावचे ना तुम्ही?

माणूस : (चिडून) नाही हो, आम्ही बदनापूरचे.

("केशव भटजी आले, केशव भटजी आले" असे एकजण कोणीतरी ओरडतो तसे हा माणूस आणि आणखी दोघे तिघेजण त्या दिशेला बघतात. सर्वांना आशीर्वाद दिल्यासारखे हातवारे करत केशव भटजी दमदार पावले टाकत येतात. त्यांच्या सोबत नाम्याही आहे. सगळेजण त्यांच्या समोर नम्रपणे वागू लागतात. केशव भटजी ऐसपैस वाळूत बसतात. आणि आणलेल्या साहित्याची मांडणी करता करता नारायणाला बोलतात.)

केशव भटजी : नुसतं बदनापुरचं नव्हे तर आख्खा जिल्हा पिढ्यानं पिढ्या आमच्याशी बांधला गेलाय बरं का रे नारायणा?

(नारायण भटजी जड पावलांनी चालत वळू लागतात.)
आबासाहेब निर्वतल्याचं वर्तमानपत्रात वाचलं होतं मी. पण आम्ही असे करंटे, आम्हाला सांत्वनासाठी उठून यायला वेळ नाही.

माणूस : अहो असं कसं केशवजी ऽऽ तुमच्यामागे कामं किती? केवढा पसारा तुमच्या कामाचा? तुमच्याशिवाय दशक्रिया विधी पार पडतो का कधी पैठणमध्ये?

दुसरा माणूस : परमेश्वरानं केवढी जबाबदारी दिलीय तुमच्या शिरावर? खायचं का काम आहे?

केशव भटजी : (खोटं खोटं हसून) आपल्या वकुबानुसार करता येईल तेवढं करायचं. शांतिब्रम्ह एकनाथ महाराजांच्या पदस्पर्शाने पावन झालेल्या दक्षिणकाशी पैठणमध्ये घडवत राहायची ईश्वरसेवा काय? आपले औदार्य आम्हास ठावे आहे. आबासाहेबांच्या दशक्रिया विधीनिमित्त एकावन्न ब्राम्हणांच्या भोजनाचे सांगावे कां?

माणूस : शंकाच नाही.
(दूरवरून नारायण भटजी आशाळभूतपणे त्यांच्याकडे बघतो आहे.)

केशव भटजी : (नाटकीपणे) नारायणा मध्यान्हीच्या भोजनास ये बरं ऽऽ सोबत हणमंतालाही घेऊन ये

(नारायण भटजी इकडचे तिकडचे मंडप न्याहाळत जड पावलांनी जाताना दिसतात. मागे लांबवर केशव भटजींची विधीची मांडामांड दिसत राहते.)

●●●

दृश्य क्रमांक : ११ **दिवस/मुलाण्याचं हॉटेल**

(एका हातामध्ये चाळण आणि दुसऱ्या हातामधलं पोतं सांभाळत भान्या मुलाण्याच्या हॉटेलमध्ये येतो. खिशामधली नाणी काऊंटरवरती टाकतो. किरकिऱ्याही त्याच्यासोबत आहे.)

भान्या : दोन भजी पार्सल

मुलाणी : (हसत) भान्या आज सकाळी सकाळी चाळणीनं धार दिली म्हण?

भान्या : चाळणीचं सोडा मालक हे पोतं बघा नवं कोरं हाय बोला किती देता?

मुलाणी : भान्या ऽऽ अरे ऽऽ राखेचं पोतं ते, काय किंमत येणार त्याला?

भान्या : एकदा धुऊन उनात टाकलं की कुणाला काय कळतंय त्यात राख होती का शिमीट ते?

मुलाणी : भान्या दहा रुपये देईन.

भान्या : बारावरती तोडा मालक

(वेटर भज्याच्या दोन पुड्या घेऊन येतो. भान्या त्या चड्डीच्या खिशात ठेवतो.)

मुलाणी : (किरकिऱ्याला बोलतो) अरे तुझा बापू आला बघ इकडंच.

(भान्या टेबलाच्या मागे लपतो तर किरकिऱ्याचा बापू जवळ येतो. किरकिऱ्याची कॉलर पकडतो. त्याच्या खिशामधली सगळी चिल्लर नाणी काढून घेतो आणि लडबडल्या पावलांनी बाहेर पडतो. हताश झालेल्या किरकिऱ्या बापू बापू असे ओरडत त्याच्या मागे धावू लागतो.)

●●●

दृश्य क्रमांक : १२ **दुपार/जेवणावळ**

फार मोठी जेवणावळ सुरू आहे. मध्यभागी यजमानांच्या ऐटीत केशवभटजी त्या माणसाबरोबर उभे आहेत. नारायण आणि हणमंत लाचारासारखे जेवताहेत. नारायण भटजी एका पत्रावळीमध्ये काही अन्न गुंडाळून घेतात. यजमानांना लाचार होऊन नमस्कार करतात. हातामधली पत्रावळी सांभाळत निघत असतात. त्याचवेळी यजमानांनी मोजून दिलेल्या नोटा हातात घेऊन केशवभटजी त्यांच्याकडे प्रश्नार्थक नजरेने बघतात. यजमान चपापल्यासारखे होतात. दोन खिशांमधून अजून काही नोटा काढून केशव भटजींच्या हातावर ठेवतात. तिकडून हणमंता आणि नारायण आशाळभूत माणसासारखे त्या नोटांकडे आणि केशवभटजींकडे बघत राहतात.

●●●

(नारायण भटजींचं फारसं सुखवस्तू नसलेलं आणि बऱ्यापैकी दारिद्र्य दाखवणारं दोन खोल्याचं घर. चटईवर त्यांची आजारी बायको झोपलेली आहे. नारायण भटजी जेवणाचं झाकलेलं ताट घेऊन येतात. बायकोच्या शेजारी बसतात. बायकोच्या हाताला धरून बसवतात.)

बायको : आज कोणाकडे?

नारायण : केशवभटजींकडे. बदनापूरचे यजमान होते. यथासांग पाहुणचार करून वर घरीही न्या म्हणाले.

बायको : जगण्यासाठी जेवावं तर लागतंच; पण हे असं दुसऱ्यांचे तुकडे मोडत अजून किती दिवस काढायचे.

नारायण : (हताशपणे) आता या वयात मला कोण मामलेदार करील? ती शाळा मास्तराची नोकरी सुटली नसती तर हे दिवस आले नसते.

बायको : त्यात मी अशी वांझोटी आले तुमच्या संसारात. पोर बाळ झालं असतं वेळेत तर हाताशी तरी आलं असतं.

नारायण : जाऊ द्या हो. कशाला जुनंच घासत बसायचं? जेवून घ्या पोटभर. नाही तर तुमची शुगर अजून वाढायची.

बायको : आजचा दिवस ढकलायचा झालं. दुसरं काय?

(नारायण भटजी बायकोला घास भरवू पाहतात.)

●●●

दृश्य क्रमांक : १४ **दिवस/शाळा**

(भान्या आणि किरकिऱ्या शाळेच्या पटांगणामध्ये येतात तर शारिरिक शिक्षणाचा तास सुरू आहे. गुरुजी व्हरांड्यामध्ये विद्यार्थ्यांसमोर उभे आहेत.)

गुरुजी : प्रार्थना झाली, गणिताचा तास झाला, शारीरिक शिक्षणाचा तास संपायला आला आणि आता तू उगवलास. कधीही मर्जीप्रमाणे येऊन उभं राहायला ही काय धर्मशाळा आहे का? काय रे किरकिऱ्या? (दोघे माना खाली घालतात.)

तुझा तो भाऊ बघ. पाठांतर आणि गृहपाठसुद्धा वेळेवर करतो. जरा शिक त्याच्याकडून.

(हेमा, मंदाकिनी आणि निवृत्ती काळजीने भान्याकडे बघत राहतात. सगळी मुलं वर्गात जातात.)

भान्या आणि किरकिऱ्या वर्गात शेवटच्या बाकड्यावर बसलेले दिसतात. शिक्षिकेने फळ्यावर काहीतरी लिहिलेले आहे.

१) "गणूला भुगोल या विषयाची आवड कारणीभूत व्हायला कोणती घटना घडली.?"

२) "गणूने नद्यांची नावे लक्षात ठेवण्यासाठी काय युक्ती केली?"

३) "गणूने समुद्रांच्या नावांची यादी कशी केली?"

४) "गणूने आशिया खंडामधले देश कसे तोंडपाठ केले?"

त्याच्याकडे बोट दाखवत शिक्षिका हातामधलं पुस्तक मिटते.

शिक्षिका : उद्या हा गृहपाठ तोंडपाठ करून यायचा गोरक्ष कुलकर्णीसारखा. मी कोणाचीही गय करणार नाही. टेबलावर उभी करेन एकेकाला. काय भान्या?

(सगळे माना डोलावतात. शिक्षिका बाहेर जाते. तसे भान्या आणि किरकिऱ्या पुढे येऊन फळ्याशेजारी उभे राहतात. किरकिऱ्या बाईंची नक्कल करतो.)

किरकिऱ्या : उद्या हा गृहपाठ तोंडपाठ करून यायचा गोरक्ष कुलकर्णीसारखा. मी कोणाचीही गय करणार नाही. टेबलावर उभी करेन एकेकाला. काय भान्या?

(इतक्यात भान्या टेबलावर उभा राहतो. आणि नाटकीपणाने सगळ्या मुलांना नमस्कार करतो.)

भान्या : अब इंतजार की घडी खतम.
शो शुरु होने का टाईम आ गया

किरकिऱ्या : पानी की एक बुंद गिरी
आवाज आयी "टुबूक ऽऽ"

भान्या : पानी की दो बुंदे गिरी
आवाज आयी "टुबूक टुबूक"

किरकिऱ्या : हम तेरी गली में आये, थोडा शरमाये, थोडा मुस्कुराये और जोर से चिल्लाये

भान्या : (हेल काढून) डबा ऽऽ बाटली ऽऽ भंगारवाले ऽऽ

(सगळी मुलं खिदळतात तसा चेव आल्यासारखा भान्या भसाड्या आवाजात गायला लागतो.)

भान्या : गणानं घुंगरू हरवलं
हरवलं तर हरवूंदे

सगळे : गणानं घुंगरू हरवलं
हरवलं तर हरवूंदे

भान्या : गणाने पाटल्या हरवल्या
हरवल्या तर हरवूंदे

सगळे : गणाने पाटल्या हरवल्या
हरवल्या तर हरवूंदे

भान्या : गणाने धोतर हरवलं
हरवलं तर हरवूंदे

सगळे : गणाने धोतर हरवलं
हरवलं तर हरवूंदे

भान्या : गणाने लंगोट हरवला
हरवला तर हरवूंदे
(मागून कोणाचाच आवाज ऐकायला येत नाही म्हणून भान्या शेवटच्या ओळी रिपीट करता करता थबकतो, तर गुरुजी पुढे येऊन भान्याचं आणि किरकिऱ्याचं बखोट धरतात आणि व्हरांड्यात खेचत आणून गुडघ्यांमागून हात घालून कान पकडून बसायला लावतात. निवृत्ती, हेमा आणि मंदाकिनी बाजूला उभे आहेत.)

गुरुजी : ए ऽऽ जारे निवृत्ती ऽऽ तुझ्या आईला बोलावून आण.
(निवृत्ती पळत सुटतो.)

दृश्य क्रमांक : १४ (अ)

रस्ता झाडणाऱ्या शांताला निवृत्ती येऊन काहीतरी घाबरल्यासारखा सांगू पाहतो. आश्चर्यचकित झालेली शांता हातात झाडू घेऊन तशीच त्याच्या सोबत लगबगीने चालू लागते.

दृश्य क्रमांक : १४ (ब)

शांता शाळेकडे येत असलेली बघून भान्या ती जवळ यायच्या आत विरुद्ध बाजूने कुंपणावरून उडी मारून धूम पळत सुटतो.

●●●

दृश्य क्रमांक : १५ दिवस/देशी दारूचा गुत्ता

सदाशिव, शहाजी, तुकाराम आणि पिराजी एका टेबलावर दारू पित बसलेत. बाजूच्या टेबलावर विठ्ठल आणि पत्रे सावकारांचा मुलगा बसलाय.

सदाशिव : शहाजी तुझ्या दोन म्हशींचा वेवहार करून दिला. म्हणून ही पार्टी.

शहाजी : बरोबर.

तुकाराम : आम्ही अजून दोन म्हशींचा वेवहार करून दिला तर मग कोंबडा कापायला पायजेस काय?

शहाजी : कबूल. एकदम कबूल.
(नारायण भटजी दबकत दबकत आत येतात.)

पिराजी : वो नारायण म्हाराज ऽऽ कुठे गेले तुमचे जोडीदार हणमंतराव?

नारायण : (हलक्या आवाजात) ते गेलेत तिकडे ऽऽ

पिराजी : आकडा लावायला?
(सगळे हसतात.)

विठ्ठल : त्यांचा खरोखर एकदा आकडा लागला की आमालापण फुकट पाजा.

शहाजी : ओ मालक ऽऽ नारायण महाराजांना सुद्धा आज माझ्याकडनं. सगळ्यांचं बिल आज मीच देणार.

विठ्ठल : शाब्बास ऽऽ रे वाघा माझ्या. मालक मला अजून एक बाटली.

सदाशिव : मला पण पार्सल.

(पत्रे सावकाराचा पोरगा खुशीत मान डोलवतो.)

●●●

दृश्य क्रमांक : १६ दुपार/शिलाई मशीन

निवृत्ती जिथे शिलाई मशीन शिकतोय ते ठिकाण. निवृत्तीचा जोडीदार निवृत्तीला काही सूचना देतोय आणि निवृत्ती त्याचे अनुकरण करत मशीन चालवताना दिसतोय. त्याचे निरीक्षण करता करता त्याचा जोडीदार खूश होऊन निवृत्तीच्या पाठीवर कौतुकाने थाप मारताना दिसू लागतो.

•••

(चुलीसमोर बसून शांता भाकरी थापतेय. लडबडत्या पावलांनी विठ्ठल येऊन बसतो. बाजूला कंदिलाच्या प्रकाशात निवृत्ती आणि भान्या गृहपाठ करताहेत. मंदाकिनी आणि हेमा आईला मदत करत आहेत. भान्याचं अभ्यासात लक्ष नाही. तो चुळबुळ करतोय.)

शांता :   गुरुजींनी गुडघ्यावरती कां बसवला सकाळी?
            (भान्या गप्पच)
            शाळेत शिकायला जातोस का नाचकाम करायला? आणि मला बघून पळून जातोस होय रे लाजमोड्या? भजी कुठनं आणली दुपारी?

भान्या :   मुलाण्याच्या हॉटेलातनं.

शांता :   आणि पैसे?
            (भान्या काही न बोलता मान खाली घालतो.)

शांता :   गेला असशील बोंबलत चाळण घेऊन त्या नाथघाटावर? कुठनं आणले पैसे?

भान्या :   सकाळी एक पार्टी गावली.

शांता :   शाळा चुकवून? तुला लाज वाटत नाही भाड्या? तो बघ कसा शिलाई मशीनवर पाय मारून परत पुस्तकात डोकं घालतोय त्ये? का तुलापण लागला गुण तुझ्या बापाचा? उठलं सुठलं की सारखं त्या गटारात बुचकळायला पळायचं. माझ्या एकटीच्या पगारात सगळा संसार रेटतोय काय?
            (विठ्ठलकडे बघते) माझ्या मुकादामकडे शब्द टाकलाय मी. मुनसीपाल्टीत टपरी देऊया म्हणालेत. कायतरी हातपाय हलवून सुरू कराय पायजे.

विठ्ठल : (थंडपणे) बघतो.

शांत : काय बघतो? पचांग?

(रागाने परात आपटते)

तू बघत रहा पचांग देशी दारुच्या दुकानाचं आणि हा भान्या जाऊ देत राख सावडायला घाटावर. पैठणमधले रस्ते झाडून झाडून माझ्या कमरेचा तुटलाय काटा आणि त्याचं या मुडद्यांना काय आहे का बघ की रे देवा ऽऽ (गळा काढते) माझ्या नशिबाचा तमाशा मांडलाय गं या चांडाळांनी.

(हेमा आणि मंदा "आई आई" असा आर्त आक्रोश करत केविलवाण्या रडू लागतात. भान्या शून्यपणे बघत राहतो.)

●●●

दृश्य क्रमांक : १८ — दिवस/मंदिराचा परिसर

मंदिराच्या पायऱ्यांवर पत्रे सावकार, कीर्तनकार, आत्याबाई आणि दिगंबरचे मंगलविधी करणारे दोघे तिघे साथीदार बसलेले आहेत. बाजुच्याच दिपमाळेशेजारी ऐसपैस जागा बघून मुलाणी, शिकलगार आणि चंदू सोनारही बसलेले आहेत.

पत्रे सावकार : लोकांना कपडे बदलायला आडोसा दिला पाहिजे. संडास बाथरूम बांधून दिलं पाहिजे. नाहीतर मग नाथघाटवरची घाण कमी होणार नाही.

शिकलगार : लेकिन खर्चा कौन करेगा सावकार?

दिगंबर : जिल्हा परिषद देईल की.

पत्रे सावकार : नगरपालिकेचं काम आहे हे पंच कमिटीने नगराध्यक्षांना सांगितलं पाहिजे.

(इतक्यात पाच सहा स्त्री-पुरुषांचा घोळका तावातावाने येताना दिसतो.)

१. पेपरमधेच छापून आणायला पाहिजे.

२. बहिष्कारच टाकला पाहिजे.

पत्रे सावकार : काय झालं मुरलीधर?

मुरलीधर : टेंपो ठरवा, मंडप घाला, पंगती वाढा काय आवाक्यात राहिलं नाही हे क्रियाकर्म

दिगंबर : अहो ज्याच्या त्याच्या श्रद्धेचा भाग आहे हा.

१ : श्रद्धा? अहो तोंडाला येईल तशी दक्षिणा मागायची? सावकार ऽऽ गोरगरिबाने जायचं कुठे?

स्त्री : पायताणांपासून छत्रीपर्यंत सगळं पाहिजे. एवढे पैसे कुठनं आणायचे?

मुरलीधर : रक्ताच्या चाचण्या करा, एक्सरे काढा, ऑपरेशनं करा, रक्त द्या, सलाईन लावा. म्हटलं लावतो. (गहिवरतो) डॉक्टरने जे जे सांगितलं ते मी केलं. म्हातारं जगावं म्हणून जमीन विकली. तरी गडी हातातून निसटला. मोक्ष मोक्ष म्हणजे काय हो? बापाला चांगला जगविण्यासाठी जे लागेल ते केलं आणि दिलाच की मोक्ष डॉक्टरांची बिल भरुन. आणि आता क्रियाकर्मवाले सोडत नाहीत. सावकार नाही मिळाली माझ्या बापाच्या आत्म्याला शांती तरी चालेल. पण तुमच्या गावाची वाट परत चालणार नाही.

(सगळे रागारागाने निघून जातात.)

शिकलगार : देखा सावकार?

चंदू सोनार : माझ्या दुकानावर दागिना मोडताना रोज कोण ना कोण हेच बोलतात.

मुलाणी : मुझे भी गल्लेपे वही सुनना पडता है

कीर्तनकार : आता तुम्हीच घ्या मनावर सावकार.

आत्याबाई : आपल्या गावाची एवढी बदनामी बरी नव्हे.

(सगळेजण सावकाराकडे बघत राहतात.)

●●●

दृश्य क्रमांक : १९ **दिवस/पैठणीचा कारखाना**

पैठणीच्या कारखान्यामधल्या एका भल्या मोठ्या हॉलमध्ये बऱ्याच बायका काम करताना दिसू लागतात. काम करणाऱ्या बायकांमध्ये सदाशिवची बायको, तुकाराम न्हाव्याची बायको, शहाजीची बायको या सगळयाजणी दिसू लागतात. हातामधल्या पिशवीचं बोचकं छातीशी धरून शांता भांबावल्या नजरेने आत येते. आत्याबाई इथे मुकादम आहेत. त्या सगळीकडे जरबेच्या नजरेने बघत फिरत आहेत. शांताकडे त्यांचं लक्ष जातं. त्या तिला जवळ बोलावून एका बाकड्यावर बसवतात.

आत्याबाई : किती वेळा सांगावा धाडायचा ग शांता?
(काम करणाऱ्या बायकांच्या सराईपणाकडे शांता बघत राहते.)

शांता : मलाच धाडस होत नव्हतं आत्याबाई

आत्याबाई : आगं घाबरायचं काय त्यातं? माझ्या हाताखाली तुझ्यासारख्या कैकजणी तयार झाल्या.

तुकारामाची बायको : सुरवातीला आमचंही असंच व्हायचं.

सदाशिवची बायको : हळूहळू शिकशील घे.
(शांता समोरच्या एका भरजरी पैठणीकडे आणि एकदा स्वतःच्या अंगावरच्या विटलेल्या लुगड्याकडे बघते. तशा आत्याबाई समंजसपणे हसतात.)

आत्याबाई : इथं येणाऱ्या प्रत्येक बाईला वाटतं की, घरातली सगळी भांडीकुंडी विकली तरी यातल्या एखाद्या तरी पैठणीचे पैसे फेडता येतात का नाहीत म्हणून, खरं घाबरायचं नाही.

(बाजूला एक गरीब तरुण मुलगी आहे तिच्या डोक्यावरून हात फिरवतात.)

आत्याबाई : ही शारदा. पहिल्यांदा इथं आली तेंव्हा पंधरा दिवस घाबरून नुस्तीच बसून होती आणि आता बघ कशी वाघिणीसारखी काम करते ती. जरा धाडस करून शिकायचं सगळं. एकेक धागा विणत गेलीस की मग संसाराच्या गोधडीला तेवढंच ढिगळपाणी मिळतं बघ.

(शांता समंजसपणे मान हलवते.)

●●●

दृश्य क्रमांक : २० दिवस/पत्रेसावकारांचा वाडा

(भान्या आणि किरकिऱ्या दोघंही दप्तर आणि चाळणी सांभाळत वाड्यात येतात. चाळणी पत्रे सावकारांच्या समोर ठेवतात. पत्रेसावकार दोन्ही चाळणी निरखून बघतात.)

पत्रे सावकार : आठ दिवसांत तुटली फुटली तर नाही ना रे भान्या?

भान्या : परत एकदा तपासा.

किरकिऱ्या : मागनं भानगड नको.
(पत्रेसावकार गोड हसतात.)

भान्या : (भिंतीवरच्या चाळणीकडे बघतो.) मी पण अशा दहा चाळणी घेणार तुमच्यासारख्या.

पत्रे सावकार : अगोदर एखादी घे. त्यावर तुझी शाळी शिकून होईल. शिकून मामलेदार झालास की मग चाळणींचा कारखानाच टाकायचा नाथघाटावर काय?

भान्या : (भान्या मान डोलावतो.) चालतंय.

पत्रे सावकार : (मिस्कीलपणे हसून) ए चालतंयवाल्या ऽऽ हिशोब कर आठ दिवसांचा

(चड्डीच्या दोन्ही खिशातून चिल्लर काढून त्यांच्या समोर ठेवतो.)

भान्या : पुढच्या आठ दिवसांची ॲडव्हान्स घ्या दोघांची.

सावकारीण : (कौतुकाने) चहा घेता काय रे थोडा थोडासा?

किरकिऱ्या : च्यॅक ऽऽ आत्ताच भजी खाल्ली आणि चहा पिलो आम्ही मुलाण्याच्या हॉटेलात.

भान्या : सावकार ऽऽ जरा रेट समान ठेवायचं सांगा की नाथघाटावर कोणीपण कसेही तोंडाला येईल तेवडे पैसे मागतात.

पत्रे सावकार : भान्या ऽऽ अरे लहान आहेस तू अजून. एकदा मामलेदार झालास की मग लाव वळण सगळ्यांना.

भान्या : (भान्या मान डोलावतो) चालतंय की

सावकारीण : (कौतुकाने) भान्या ऽऽ हे बरं आहे तुझं. प्रत्येक गोष्टीत म्हणे चालतंय की.

(सावकार खूश होऊन सावकारीणकडे हसत बघत राहतात.)

●●●

दृश्य क्रमांक : २१ **दिवस/MIDC Office चे आवार**

शांता दबकत दबकत पायऱ्या चढून MIDC ऑफिसच्या एका केबिनच्या बाहेर येऊन उभी राहते. सोबत बावरलेला विठ्ठलही आहे. शांता केबिनचा दरवाजा ढकलून आत जाण्याचा विचार करू लागते तोच अचानक केबिनमधला अधिकारी धाडकन दरवाजा उघडून बाहेर येतो. पायऱ्या उतरून जीपजवळ जातो. शांता पाठोपाठ येते तोवर जीप सुरू होते. जीपच्या आडवी जावून ती उभी राहते. मग अधिकाऱ्याच्या बाजूच्या काचेजवळ येते. शांता दोन्ही हात जोडते.

शांता : मी शांता विठ्ठल घोडके.
(अधिकारी तिच्याकडे बघत नाही. तिच्या बाजूला उभ्या असलेल्या विठ्ठलकडे बघतो.)

अधिकारी : बोला विठ्ठल रामचंद्र घोडके, काय आदेश?

शांता : ते त्यांच्या नोकरीचं? परत कामावर घेतलं आस्तं तर आमच्या संसाराला......

अधिकारी : दारू कमी झाली का तुमच्या नवऱ्याची?
(शांता मान खाली घालते.)
परत पिऊन आला कामावर तर? घेता जबाबदारी? सध्या नुसता निलंबित केलाय नंतर मी बडतर्फ करीन. बडतर्फ म्हणजे माहीत आहे तुम्हाला? फंडाबिंडाचे काहीही पैसे मिळत नाहीत.

(जीप घरघरत निघून जाते. शांता दुखावल्या नजरेने बघत राहते.)

●●●

दृश्य क्रमांक : २२ **सकाळ/नाथघाट**

(क्रियाकर्मासाठी एक जमाव नाथघाटाच्या दिशेने येतो आहे. त्याचा सुगावा लागताच केशव भटजी त्या जमावाच्या दिशेने तुरुतुरु चालू लागतात. त्यांच्या समोर येऊन उभे राहतात. जमावामध्ये लाल पटका नेसलला करारी चेहऱ्याचा पासष्ट सत्तर वर्षांचा एक म्हातारा आहे. त्याचा पस्तीशीमधला पुतण्या आहे. एक तारवटलेल्या डोळयांचा बेवडा आहे. वेगवेगळ्या वयोगटामधल्या तीन चार स्त्रिया आहेत. केशव भटजीला बघून सगळे थबकतात.)

केशव : काही सेवा हवी आहे काय यजमान?
(लाल पटकेवाला थंड नजरेने बघतो.)
नाही म्हणजे कोण गेलं आपल्यापैकी.

लालपटका : शिवाजीराव ऽऽ

केशव : (लाचारीने) हे नाव झालं, नात्याने कोण?

लालपटका : बारका भाऊ माझा.

केशव : अरेरे वाईट झालं. ईश्वरेच्छा बलियेसी. नियती. दुसरं काय?

लालपटका : नियती? दिवस रात्र दारू प्यायचा चूतमारीचा ऽऽ
(केशव चमकतो पण धीर सोडत नाही.)

केशव : असू द्या असू द्या. सगळं साग्रसंगीत करून आपण त्यांची सगळ्या पापातून मुक्तता करूया. विधीला कोण बसणार?

लालपटका : ह्यो पुतण्या माझा. बाजीराव बस रे.
(बाजीराव बसतो. केशव विधी सुरू करतो.)

केशव : अश्मा कुठे आहे?
(सगळे एकमेकांच्या तोंडाकडे बघू लागतात.)

भान्या : आवो तुमच्या जीपड्याच्या शीटखाली ऱ्हायला आसलं. लै जणांचं आसंच हुतंय. कोण कोण तर राखेचं गठुळं विसरतात. आता बोला?

केशव : (जरबेने) भान्या

भान्या : ए किरकिऱ्या जा रे त्यांचा अश्मा शोधून आण, आवो बिन अश्म्याचा विधी म्हंजे डायवरविना गाडी कसं?
(किरकिऱ्या धावत जाऊन अश्मा घेऊन येतो. इतक्यात तिथे पिराजीही येऊन पोचतो.)

केशव : हां ओट्यावर गाईचं शेण पातळ करून हलक्या हाताने सारवल्यासारखं करा. गंगेचं शुद्ध पाणी त्यावर शिंपडा. हळद कुंकू गुलाल वाहून नमस्कार करा. "कणकेच्या पाच कुंभांपैकी एक मध्यभागी ठेवा बाकी चार-पाच कोपऱ्यात ध्वजदंडाजवळ ठेवा. कुंभात गंगेचं शुद्ध जल टाका. पातेल्यातला भाताचे ह्या आकाराचे पाच पिंड करा. सर्व देवता आणि प्रेतात्म्याचं स्मरण करून हात जोडा."
आता पुढचा विधी नीट लक्ष देऊन करा. सर्वप्रथम मध्यभागी असलेल्या कुंभाला पिंड अर्पण करायचा.

शिवाजीराव प्रेताय क्षुधाप्रीत्यर्थः ठेवा मध्ये पिंड
आता पुर्वेकडेला प्रेत सखिभ्यः क्षुधाप्रीत्यर्थ. ठेवा पूर्वेला पिंड
आता दक्षिणेला, वैवस्वताय यमाय प्रीत्यर्थ ठेवा पिंड

आता पश्चिम ठिकाणी वायसेभ्यः ठेवा या ठिकाणी पिंड
आता उत्तरेकडचा कोपरा. प्रेताधिपते ठेवून द्या आता.
या दानानं आर्थिकदृष्ट्या दुर्बल असलेल्या आमच्यासारख्यांना
मदत केल्यासारखं होईल. याहीपेक्षा पददान केल्यामुळे
आपणास आत्मानंद प्राप्त होईल.

ज्या आंनदासाठी तुम्ही इतक्या दूर या पवित्र नगरीत आलात
तो आनंद आपणास मिळावा, हीच प्रभूचरणी प्रार्थना.
प्रेतात्म्याच्या नावानं पादत्राणं, छत्री, कपडे जे काही आणलं
असेल, ते समोर ठेवा.

लालपटका : काय नाय आणलं आम्ही.

केशव : असू द्या. गंगेचं आचमन करा (बाजीराव थबकतो) काय
विचारकरता बाजीराव मालक. जगात गंगेइतकं निर्मळ आणि
पवित्र पाणी कुठलंच नाही. दुनियेतली सगळी घाण
पचविण्याची ताकद आहे गोदामाईच्या पोटी.
(बाजीराव नाइलाजाने वाकड्या तोंडाने पाणी पितो.)

भान्या : (खट्याळपणे) केशव महाराज ऽऽ तुम्हीबी करा की आचमन
थोडंसं आणि व्हा पुण्यवान.
(किरकिऱ्या फिदीफिदी हसतो)

पिराजी : (खोट्या रागाने) ए भान्या ऽऽ आरे गप की जरा ऽऽ

केशव : (पटकेवाल्याला) मालक एक विचारायचंच राहून गेलं मघाशी.
काही अन्नदान वगैरे करणार आहात काय आपण?
गोब्राम्हणांना अन्नदान केल्यामुळे गेलेल्या व्यक्तीच्या आत्म्याला
शांती मिळते.
आपली इच्छा असल्यास मधल्या वेळात स्वयंपाकाचं सांगता
येईल. किती ब्राह्मणास सांगायचे ते आपण ठरवायचं. अकरा,
एकवीस, एकावन्न. आपली शक्ती आपणच जाणोत.

लालपटकेवाला : (करारीपणे) हाय त्यात भागवायचं.

केशव : चिंता नसावी यजमान. मी सहज म्हणून सुचवलं, आपण
दशक्रिया विधीचं यथासांग करूयात.
(काही क्षण स्तबता)

	कावळा का येत नाही? त्यांच्या आवडीचं अजून काही राहिलंय का बघा?
	(पिराजी खिशातून दारूची बाटली काढतो.)
पिराजी :	हे तरी ठेवून बघा?
	(बेवडा माणूस तत्परतेने पुढे होतो आणि एका कपात त्यातली थोडीशी ओतून बाटलीला बूच लावून बाटली खिशात ठेवतो. कप पुढे सरकवतो.)
लालपटका :	जिवंत असताना दारूशिवाय जगला नाही, आता दारू दाखविल्याशिवाय शांती मिळणार आहे काय त्याला? (इतक्यात बेवडा माणूस गपकन उरलेली दारू संपवतो.)
बेवडा :	(बरळू लागतो) शिवाजी ऽऽ एवढा राग बरा न्हवं बाबा ऽऽ आमाला सगळ्यास्नी सोडून गेलास तू. बरं का वो महाराज (केशवला) तुमालाबी पटंल माझं. आयुष्यात रागीटपणा काही बरा नसतो. रागामुळं धूळमाती होतीय माणसांची.
	(केशव भटजी नाइलाजाने होकारार्थी मान हालवतात, तसा बेवड्या माणसाला जोर चढतो.)
बेवडा :	ह्या रागानं भाऊबंदकी वाडती हे माहीत हाय कां तुमाला? आमच्या गावात भोसल्यांचं आणि घोरपड्यांचं लै वाकडं हाय. गेल्या आठवड्यात भोसल्यांचा वेंकट मेला, प्रथेप्रमाणे त्याला जाळला आणि दुसऱ्या दिवशी सकाळी बघावं तर काय? घोरपड्यांनी भर स्मशानामधून वेंकटची राखच गायब केली.
पिराजी :	काय म्हणता? राख चोरली?
	(भान्या आणि किरकिऱ्या हसू लागतात.)
बेवडा :	तर हो. हे कायच नाही, मग पुढं भोसल्यांनी घोरपड्यांच्या.....
लालपटका :	हा आवरा जरा ऽऽ बंद करा थोबाड ऽऽ ह्या अशा वागण्यानं तुमचीबी राख आता काय लांब अंतरावर राहिली न्हाई हे ध्यानात ठेवा.

(वातावरणात तणावपूर्व शांतता. भान्या चक्रावल्यासारखा लाल पटकेवाल्याकडे बघत राहतो.)

●●●

दृश्य क्रमांक : २३   दिवस/शिकलगाराचा भाता

(भान्या शिकलगाराच्या भात्यासमोर येऊन उभा राहतो. शिकलगार त्याच्या कामात गर्क आहे. किरकिऱ्या पुढे होतो, आणि शिकलगाराच्या खांद्याला हात लावून हलवतो.)

शिकलगार : कौन?

भान्या : मै भान्या और ये किरकिऱ्या.

शिकलगार : क्या मंगता है?

भान्या : नवा चाळणी मंगता है

(शिकलगार अंगठा तर्जनीवर घासून पैशांची खूण करतो.)

शिकलगार : माल? बीस रुपया पडेगा.

भान्या : (खिश्यातून नाणी काढतो) बाकीका माल चाळणी मिलने के बाद.

(शिकलगार त्याला खालीवर न्याहाळतो आणि मिश्कीलपणे हसून विचारतो.)

शिकलगार : इसका नाम क्या बोले तुम?

भान्या : किरकिऱ्या

शिकलगार : ऐसा क्यूं?

भान्या : ह्यो बारका असताना ह्याची आई मेली. आईच्या दुधासाठी तो लय किरकिर करून रडायचा. तवापास्नं इसको किरकिऱ्याही बोलते है.

शिकलगार : (आश्चर्याने) सच?

किरकिऱ्या : (गोड हसतो.) एकदम सच.

●●●

दृश्य क्रमांक : २४ **दिवस/शेत**

(एका शेताच्या बांधावर झाडाखाली भान्या बसलेला आहे. पायाशी दप्तर आहे. हातात अभ्यासाचं पुस्तक आहे. तो पुस्तक वाचण्यात गुंग आहे. झाडाचा दोरीने बांधलेल्या झोपाळ्यावर बसून किरकिऱ्या आनंदाने झोके घेतोय. झोके घेता घेता किरकिऱ्या त्याच्या भसाड्या आवाजात गाणे गातो.)

"गणानं धोतर हरवलं
हरवलं तर हरवूंदे"
"गणानं लंगोट हरवला
हरवला तर हरवूंदे"

(किरकिऱ्या झोका घेता घेता वरच्यावर भान्याच्या हातामधलं पुस्तक खेचून घेतो. आणि आनंदाने ओरडत झोक्यावरती खिदळत राहतो. भान्या उठतो, त्याच्या झोक्याचा पाठलाग करून त्याच्या हातातले पुस्तक परत हिसकावून घेतो. आणि लांब जाऊन दुसऱ्या बांधावर शांतपणे वाचत राहतो. इतक्यात तिथे पिराजी येतो. भान्याच्या जवळ जातो. त्याच्या खांद्यावर हात ठेवतो.)

पिराजी : भान्या ऽऽ चल तुला एक गंमत दाखवतो.

(दोघेही चालू लागतात.)

●●●

दृश्य क्रमांक : २५ दुपार/चंदू सोनाराचं दुकान

(पिराजी खिशातून सोन्याचा मणी काढतो आणि चंदू सोनाराच्या हातावर ठेवतो. चंदू दोन बोटांच्या चिमटीत पकडून बारकाईने मणी बघत राहतो. आणि म्हणतो)

चंदू : हे बघ पिराजी, जादा तर जादा सहाशे देईन.

पिराजी : दीड हजारांच्या खाली घेणार नाही.

चंदू : चल. तुझंही राहू दे, माझंही राहू देत. बाराशेला तोड.

(पिराजी होकारार्थी मान हलवतो तसा चंदू सोनार ड्रॉवरमधून शंभराच्या नोटा काढतो आणि मोजू लागतो. भान्या आश्चर्यचकित नजरेने दोघांकडे बघत राहतो.)

●●●

दृश्य क्रमांक : २६ **दिवस / म्यूनिसिपालिटी**

(इतर बायांबरोबर शांता पगारासाठी रांगेत उभी आहे. ती खिडकीजवळ जाते, मुकादमाकडून पगाराचे पैसे घेते. नोटा मोजता मोजता ती थबकते समोर केशव भटजी उभे आहेत.)

केशव भटजी : काय शांता झाला का पगार?

शांता : कशाचा पगार आणि कशाचं काय केशव महाराज? जमेल तसा गाडा वडायचा झालं.

केशव भटजी : जमेल तसा? अगं तुला काय कमी आहे आता? एवढा भान्या कमावतोय, फारच चलन खुळखुळू लागलयं भान्याच्या हातात आजकाल.

शांता : तसं असतं तर दोन दोन चाकऱ्या केल्या असत्या काय मी.

केशव भटजी : लक्ष दे त्याच्याकडे म्हणजे झालं. फार वाह्यात झालाय आजकाल. वडीलधाऱ्यांसमोर कसं वागायचं याचा काही पाचपोच राहिलेला नाही त्याला, पोरगं हाताबाहेर गेलं तर आयुष्यभर पश्चात्ताप करत बसशील.

(शांता त्यांच्याकडे बघत राहते.)

दृश्य क्रमांक : २६ (अ)

भान्या आणि पिराजी पिक्चर बघत आहेत.

●●●

पिराजी भान्याच्या हातात भज्याची पुडी देऊन त्याला देशी दारूच्या दुकानाच्या बाहेरच्या ओट्यावर बसवतो आणि स्वतः आत जातो. भान्या मन लावून भजी खाऊ लागतो. पिराजी तोंडावरचा हात पुसत बाहेर येतो आणि त्याच्या पुडीमधलं एक भजं उचलून तोंडात टाकतो. दोघांनाही कल्पना नाही की शांता समोर येऊन कमरेवरती हात ठेवून उभी आहे. भान्या वरती बघतो आणि घाबरून त्याची बोबडीच वळते. त्याच्या तोंडामधला घास तसाच राहतो. शांता एका हाताने त्याची गचांडी धरते आणि दुसऱ्या हातामधला झाडू त्याच्यावर उगारते.

शांता :   शाळेत का नाही गेलास आज?

भान्या :   नाही गेलो.

शांता :   ते दिसतंय मला खरं का नाही गेलास? तुझा बाप काय बालीस्टर आहे का शाळा बुडवून बोंबलत फिरायला?
           (ती त्याला झाडूने मारत, खेचत, फरफटत रस्त्याने नेऊ लागते. भान्या कळवळू लागतो. गल्लीमधले सगळेजण आश्चर्याने दोघांकडे बघू लागतात. भान्या रडू लागतो. इतक्यात समोरून आत्याबाई येतात. शांताच्या तावडीतून भान्याला सोडवून आपल्या कुशीत घेतात.)

आत्याबाई :   काय डोस्कं फिरलंय काय गं शांते पोराला भर रस्त्यात झोडपायला?

शांता :   आत्याबाई तुम्ही व्हा बाजूला, याची आज हाडंच मोडते. दिवसभर रस्ते झाडून आणि कारखान्यावर धागं जोडून माझा जीव लागलाय टांगणीला आणि हा टिकोजीराव भजी खाईत बसलाय देशी दारूच्या पायरीवर. तुम्ही नका मधे पडू आत्याबाई.

(असे म्हणत ती परत त्याला झाडूने मारू लागते. आत्याबाई तिला अडवत राहतात.)

●●●

दृश्य क्रमांक : २८ **रात्रीची वेळ/मंडप**

(रात्रीच्या वेळी देवळात कीर्तनाचा कार्यक्रम सुरू आहे. कीर्तनकार अभंग म्हणण्यात तल्लीन आहे. समोर नामस्मरणात गुंग भाविक दिसत आहेत. शाळेच्या पायरीवर अंधाऱ्या उजेडात मुसमुसत बसलेला भान्या दिसू लागतो इतक्यात त्याच्या कानावर अभंगाचे सूर येऊ लागतात. तो उठून चालू लागतो. अभंगाच्या आवाजाच्या दिशेने अंधारातून चालत येणारा भान्या दिसतो. थोड्या अंतरावर एका दगडावर बसून भान्या अभंग ऐकत राहतो.)

(Play Back Song II)

जगण्याचे देवा लाभो ऐसे बळ
दुर्गुणाचा वळ पाहवेना
सद्‌गुणाची देवा वाढो ऐसी कळ
मरणाची झळ साहवेना

तुझ्या दारी दावी पांडुरंगी तळ
उन्मादाचा मळ झाकवेना
विठ्ठलाची आस वाढावी सरळ
विषाचे गरळ टाकवेना
जगण्याचे देवा लाभो ऐसे बळ
दुर्गुणाचा वळ पाहवेना

व्यर्थ जिणे झाले मरण अटळ
मोहाची ही नाळ तोडवेना
ओथंबून साचे वासनेचा गाळ
माया ही पातळ सोडवेना
जगण्याचे देवा लाभो ऐसे बळ
दुर्गुणाचा वळ पाहवेना

ऐसा गा मी ब्रम्ह जाणितो सकळ
आळवी विठ्ठल आठवेना
कराया सुफळ खेळतो हा खेळ
हरवला मेळ सापडेना
जगण्याचे देवा लाभो ऐसे बळ
दुर्गुणाचा वळ पाहवेना

ऐसे लाभो भान दे गा देवा दान
चरणात ध्यान राहू दे गा
अमृताची वेल अमृताचा कुंभ
भक्तीचा मृदुंग वाजू दे गा

विठू तुझ्या दारी भेटला श्रीरंग
मन झाले दंग माऊलीचे
घडो तुझी प्रीत वाढो तुझा संग
जीवनाचा रंग पाहू दे गा

जगण्याचे देवा लाभो ऐसे बळ
दुर्गुणाचा वळ पाहवेना
सद्गुणाची देवा वाढो ऐसी कळ
मरणाची झळ साहवेना

(अंधार पडू लागलेला आहे. शांता एकटीच घराच्या पायरीवर बसलेली आहे. तिच्या पाठीमागे काही अंतरावर निवृत्ती, हेमा आणि मंदाकिनी बसलेल्या दिसतात. अभंगाच्या पार्श्वभूमीवर भान्याला शोधत फिरणारी शांता दिसू लागते. ती किरकिऱ्याच्या घरी जाते तर किरकिऱ्या नकारार्थी मान हलवतो. शांता मग आत्याबाईंच्या घरी जाते. आत्याबाई आणि शांता दोघी मिळून गुरुजींच्या घरी जातात. तिथून गोरक्ष कुलकर्णीच्या घरी जातात. पुढे त्या नाथघाटावरही त्याला शोधायला जातात. लांबून घाईगडबडीने आत्याबाई आणि शांता भान्याला शोधत येताना दिसतात. शांताच्या चेहऱ्यावर काळजी. भान्या दिसताच ती गडबडीने पुढे धावत येते आणि मायेने त्याला कुशीत घेते.)

●●●

दृश्य क्रमांक : २९ **दिवस/नाथघाटावरील मंडप**

मंडपामध्ये कीर्तन सुरू आहे. कीर्तनकार तल्लीन होऊन कीर्तन सांगत आहेत. समोर बसलेले श्रोतेही माना डोलवताना दिसत आहेत.

जन्मलेल्या प्रत्येक जीवाला एक दिवस मरण येणारच, हेच एक सत्य प्रत्येकानं जाणून घेऊन जीवन व्यवहार करावे. शेवटाचाच नव्हे तर जीवनाचा प्रत्येक क्षण गोड व्हावा. आनंदात जावा, असंच वर्तन ठेवावं म्हणजे मरणभय उरतच नाही.

शास्त्र शिकून पंडित झाल्याचा आनंद कोणालाही मिळेल; परंतु शास्त्राला भक्तीची, माणुसकीची, माणसांवरील प्रीतीची जोड लाभली तर सारेच आनंदी होतील. बुद्धीनं नुसतं ज्ञान प्राप्त होतं, मात्र ईश्वरभक्तीने आणखी काही खूपसं हाती येतं.

(मंडपाच्या एका बाजूने पत्रे सावकार, आत्याबाई आणि दिगंबर भटजी येताना दिसतात. तर दुसऱ्या बाजूने केशव भटजी आणि नाम्या हे दोघे येताना दिसतात. केशव भटजी पत्रे सावकारांना बघून न बघितल्यासारखे करून वाट बदलू लागतात. इतक्यात भान्या आणि किरकिऱ्या दोघेही तिथे पोहोचतात.)

पत्रे सावकार : केशव भटजी थांबा. मला तुमच्याशी थोडं बोलायचंय.

केशव : नंतर भेटू सावकार. मला बरीच कामं आहेत अजून.

पत्रे सावकार : क्रियाक्रर्माच्या नावाखाली तुम्ही जो आचरटपणा चालवलाय त्याबद्दल बोलायचंय मला.

केशव : आचरट कोणाला बोलता?

पत्रे सावकार : अजून कोणाला? तुलाच बोलतो. कसला पोरखेळ लावलायस तू?

केशव : हे बघा पत्रे सावकार. वयाचा मान ठेवतो म्हणून जीभ जास्त सैल सोडू नका. मलाही तोंड आहे हे ध्यानात ठेवा.

दिगंबर :	केशवपंत ऽऽ नको नको ते कानावर यायला लागलंय. भोजनावळींची गळ काय घालता, तोंडात येईल ती दक्षिणा काय मागता?
केशव :	हे बघ दिगंबर. लहान तोंडी मोठा घास घेऊ नकोस? तुझ्या मंदिरामध्ये आम्ही कधी ढवळाढवळ करतो? काय रे नाम्या?
नाम्या :	तर हो? आठवड्यातनं किती वेळा दान पेटी उघडायची ह्याला काही मर्यादा?
केशव :	आणि तेही सगळ्या विश्वस्तांना अंधारात ठेवून? किती वेळा लंपास करतोस रे दानपेटीमधला गल्ला?
पत्रे सावकार :	(संतापाने थरथरतात) गल्ला? बेशरम माणसा पेटीमधल्या दानाला गल्ला म्हणतोस? जीभ कशी झडत नाही तुझी?
केशव :	मग माझी दक्षिणा कोणी काढायची गरज नाही. नाहीतर आम्हीही कोणाला सोडणार नाही. काय रे नामदेवा?
	(नाम्या तावातावाने शर्टाच्या बाह्या सरसावून घेतो. जमलेला सगळा जमाव आश्चर्यचकित होतो. तुकाराम, पिराजी, सदाशिव सगळे मधे येतात. असं कसं? चुकीचं आहे, काय चुकलं त्याचं, बरोबरच आहे. असे आवाज येऊ लागतात. इतक्यात कीर्तनकार न राहवून पुढे येतात. केशव समोर उभे राहतात.)
कीर्तनकार :	करा मारामाऱ्या. उरावरती बसा एकमेकांच्या. लांबून लांबून आलेल्या यजमानांकडून अशीच पैठणची कीर्ती पोचवा. महाराष्ट्राच्या कानाकोपऱ्यात. शांतिब्रम्ह एकनाथ महाराजांच्या तोंडावर एक यवन शंभर-वेळा पान खावून थुंकला तरी ते शांतपणे त्याला झेलत गेले, मानवतावाद पाळत गेले. आणि तुम्ही बसलात इथे सहिष्णुतेची वस्त्रं फेडायला. (हात जोडतात.) दया, क्षमा, शांती आणि मानवतावादाला असं खुंटीवर टांगू नका. पैठणची अब्रू अशी भर बाजारात मांडू नका

(सगळा जमाव स्तब्ध होतो. भान्या एकटकपणे कीर्तनकाराकडे बघत राहतो.)

●●●

(भान्या अजून अंथरुणातच आहे. किरकिऱ्या धापा टाकत धावत त्याच्या घरासमोर येतो.)

किरकिऱ्या : भान्या ऽऽ भान्या ऽऽ उठला का नाही अजून भानुदास?
(झाडलोट करणारी शांता हातामधला झाडू त्याच्यावर उगारते.)

शांता : तुला फोडला तो चाबकानं. आलास का रामाधर्माच्या पाऱ्यात नाथघाटाचं गिऱ्हाईक घिवून.

किरकिऱ्या : तसं नाही काकू ऽऽ उठवा त्याला लवकर आणि तुमीपण चला, शहाजी भगताचं म्हातारं गचाकलं.
(तोवर भान्या डोळे चोळत येऊन उभा आहे.)

शांता : आत्ता गं बया (विठ्ठलला) उठा अहो चला लवकर ऽऽ

●●●

शहाजीच्या घराच्या अंगणामध्ये शहाजीच्या बापाला झोपवलंय. शहाजी, त्याची बायको, म्हातारी आई, सभोवतीच्या जमावामध्ये शांता, विठ्ठल, तुकाराम न्हावी, पिराजी, नाम्या, किरकिऱ्या, भान्या, पत्रे सावकाराचा पोरगा, नारायण आणि हणमंत, चंदू सोनार, मुलाणी, शिकलगार, किरकिऱ्याचा बाप दिसताहेत.

आत्याबाई : किती वेळ झाला गं तुझ्या सासऱ्याला जाऊन?

शहाजीची बायको : घंटाभर तरी झाला की.

विठ्ठल : पै पाहुण्यांना सांगावा गेला काय?

शहाजीची बायको : एक आत्याबाई असतात सिन्नरला, त्या पोचतील संध्याकाळपर्यंत. बाकीचे सगळे जवळपासच राहतात.

विठ्ठल : मग उरकून घेऊ लगेचच. कशाला माणसांची तंगडी अडकवून ठेवायची? काय आत्याबाई?

आत्याबाई : खरंय. ए कापूस आण गं थोडा, मढ्याच्या नाकात कोंबायला आणि चुलीवर पाणी ठेव तापवायला.

शहाजीची बायको : (हुंदके देत) आसे कसे मामंजी सोडून गेले म्हणायचे वो आत्याबाई ऽऽ

आत्याबाई: ए बाई ऽऽ थोबाड नको पसरूस. गेलेलं माणूस रडण्यानं परत येत नसतं उलट त्याच्या आत्म्याला त्रासच होईल.

शांता : तो शहाजी बघ कसा बसलाय शांतपणे.

विठ्ठल : शहाजी, बाबा नशीबवान तू. सोन्याहून पिवळं झालं बघ तुझ्या म्हाताऱ्याचं. कसला त्रास दिला नाही बिचाऱ्यानं. दुखणं खुपणं न्हाई, अंथरुणात हगणं, मुतणं न्हाई ऽऽ

तुकाराम :	त्याच्या मायला ह्याच्या उलट आमचं म्हातारं? झिजून झिजून गेलं. वाट बघून कंटाळलो आम्ही. शेवटी तर असं वाटायला लागलं होतं की आम्हाला पोचवूनच गचाकतंय का काय आमचं थेरडं.
आत्याबाई :	तुक्या बास कर तुझं कीर्तन. ए ऽऽ लाकडं आणायला कोण जातय रे?
पिराजी :	मी आणि तुकाराम.
आत्याबाई :	चांगलं वाळलेलं बघून घ्या सरपण. पन्नास गवऱ्या, पाच लिटर घासलेट आणि सनकांड्यांची पेंढीबी घ्या ऽऽ
तुकाराम :	शहाजी पाचशे रुपये काढ.
पिराजी :	सहाशे द्या. लाकडाचे आणि रॉकेलचे भाव चितेपेक्षाही भडकलेत.
	(शहाजीची आई गळा काढते.)
आत्याबाई :	ए शांते ऽऽ सांभाळ ग म्हातारीला.

(भान्या हे सगळे संभाषण चौकसपणे ऐकतोय.)

•••

दृश्य क्रमांक : ३२ **दिवस/सदाशिवचं घर**

सदाशिव एकेक करत सामान काढतोय. तुकाराम, पिराजी आणि भान्या ते बघताहेत. सदाशिव बांबू काढतो, कामटा काढतो, दोन गाडगी काढतो.

सदाशिव : काय आजारी होतं म्हणायचं कां काय शहाजीचं म्हातारं?

पिराजी : अहो एकदम खणखणीत. कसला आजार घिवून बसलाय? काल रात्री जेवून खाऊन इंडिया इंग्लंड मॅच बघत झोपलं. सकाळी झोपेतचं एकदम डेड म्हंजी डेडच.

सदाशिव : ए भान्या ऽऽ ती तुळशीची पानं आणि चंदनाचं खोड घे रे तुझ्याकडं. जमने ऽऽ आगं जरा चा तरी टाक चार पाच कप.

तुकाराम : चहा आणि कशाला आता?
(तोंडाकडे अंगठा दाखवतो) त्याची मजा निघून जाती राव सकाळी सकाळी.

सदाशिव : ते बाकी खरं ऽऽ

पिराजी : पैसे किती द्यायचे?

सदाशिव : बाजाराभाव चारशेचा. खरं तू तीनशेच द्यायचे. सांगताना मात्र
चारशेच सांगायचे.

पिराजी : मयताघरचं कोणी आलं तर सामान न्यायला?

सदाशिव : आरे गड्या रडारडीमधनं वेळ कुणाला आस्तोय घे घरच्यांना?

तुकाराम : आणि किती केलं तरी पवित्र सामुदायिक काम आहे हे.
(पिराजी पैसे काढून देतो.)

सदाशिव : तुझ्यासारख्या कार्यकर्त्याला सुद्धा हुरूप यायला नको का अशा
कामाचा?

पिराजी : (टाळी देतो) ते बी खरंच ऽऽ

(भान्या जमनाकडून सामान मोजून घेता घेता रिक्शामध्ये सामान भरू लागतो.
सदाशिवची बायको जमना सदाशिवच्या हातातून नोटा हिसकावून घेते, सदाशिव
त्यामधले पन्नास परत लंपास करतो.)

●●●

दृश्य क्रमांक : ३३ **दिवस/दारूचा गुत्ता**

(देशी दारूच्या गुत्त्यासमोर रिक्शा थांबलीय. रिक्शाशेजारी भान्या उभा आहे. पिराजी, तुकाराम आणि सदाशिव हातामधल्या चकण्याचा बुकणा भरत हलत डुलत येतात आणि रिक्शामध्ये बसतात.)

●●●

दृश्य क्रमांक : ३४ **सकाळ/शहाजीचं अंगण**

(भान्या आणि किरकिऱ्या सामान उतरवायला मदत करत आहेत.)

आत्याबाई : ए पानी तापलं का बघा रे.
(पिराजी चुलीवरच्या हंड्यात बोट बुडवतो.)

पिराजी : च्या आयला एवढं गरम पाणी? म्हातारं चटका लागून परत उठून बसंल आणि म्हणंल "परेड सावधान" ऽऽ

आत्याबाई: पिराजी जरा इनोद आवर. माझं थोबाड सुटलं तर मग रानोमाळ पळत सुटशील.

तुकाराम : (पिराजीच्या कानात कुजबुजतो) जरासं लांब रहायचं असतं आत्याबाईपासून, एकवेळ नागाच्या शेपटीवर पाय द्यावा.

सदाशिव : आठवतंय काय? नवऱ्याचे फंडाचे पैसे मिळेनात म्हटल्यावर मामलेदाराची कॉलर पकडली होती आत्याबाईनं.
(तुकाराम, सदाशिव आणि नाम्या सगळे मिळून तिरडी बांधत असतात. शहाजीच्या बायकोचा परत हुंदका फुटतो. ती रडू लागते.)
मामंजी ऽऽ असे कसे सोडून गेले म्हणायचे तुम्ही?

आत्याबाई : ए ऽऽ पाय इकडं ऽऽ डोकं तिकडं जरा हात लावा हा अस्सं (सून परत भोकांड पसरते)
ए गळा काढणारे? जिवंतपणी कधी अर्धा कप च्या विचारलीस काय सासऱ्याला? गप टाळा मिटून घे.
(सून कावरी बावरी होते तशी शहाजीची म्हातारी दोन्ही हातांनी छाती आणि कपाळ बडवून घेऊ लागते.
आता माझं सगळं संपलं गं बाई ऽऽ

(आत्याबाई म्हातारीला जवळ आणतात. तिच्या कपाळावरचं कुंकू पुसतात. मंगळसूत्र काचकन तोडून त्याच्या वाटा सुनेच्या हातात कोंबतात. आक्रोश टिपेला जातो)

नाम्याची बायको : (शेजारणीच्या कानात कुचकुचते.) तरणेपणी नवऱ्याला मारलं आणि आता दिसलं कपाळ की कुंकू पुसायला मोकळी रांड. जिथं तिथं मंगळसूत्र तोडायला हजर असती ही सटवीऽऽ

(भान्या हे ऐकून गोरा मोरा होतो.)

●●●

दृश्य क्रमांक : ३ ५ दिवस/स्मशान

तिरडी सोडणे, चिता रचणे असे सगळे सोपस्कार चालू असतात. भान्याचं लक्ष त्या विधींमध्ये नसतं. तो एकटक प्रेताच्या अंगावरच्या कोऱ्या कपड्याकडे बघत असतो. किरकिऱ्याचं त्याच्याकडे लक्ष जातं तसा भान्या त्याला नजरेनंच दटावतो. कपडा बाजूला फेकला जातो. चिता धडधडून पेट घेते. तुकाराम न्हाव्याबरोबर शहाजी माठातून पाणी आणायला जातो. कुणाचंच लक्ष नाही हे बघून भान्या पटकन नव्या कोऱ्या कपड्याची गुंडाळी करून ती शर्टाच्या आत लपवतो.

●●●

भान्याचा भाऊ निवृत्ती शिलाई मशीनवरती काम करतोय. मशीन मारता मारता तो समोर टांगलेल्या अभ्यासाच्या पुस्तकात नजर घुसवतोय. इतक्यात भान्या आणि किरकिऱ्या येतात. निवृत्तीचं त्यांच्याकडे लक्ष नाही; पण निवृत्तीच्या जोडीदाराला ते माहीत आहे. निवृत्तीचा जोडीदार एकदा त्याच्याकडे आणि एकदा टांगलेल्या पुस्तकाकडे बघतो. आणि अचानक त्याच्यासमोर टांगलेलं पुस्तक खेचून घेतो तसा निवृत्ती दचकतो.

जोडीदार : शाळेत पण अशी एका वेळी दोन दोन कामं करतोस काय रे निवृत्ती? (निवृत्ती नकारार्थी मान हलवतो.)
करत जा. करत जा. मास्तरकडे बघता बघता आजूबाजूच्या पोरींकडे पण बघत जा. एकदम चिकण्या चिकण्या पोरी आहेत म्हणे तुमच्या शाळेत. काय किरकिऱ्या? काय काम काढलंस रे?

किरकिऱ्या : भान्याचा शर्ट शिवून दे उधारीवर.

जोडीदार : उधारीवर?

भान्या : पैसे पुढच्या रविवारी.

जोडीदार : काय रे भान्या? तुझा दादा कामधंदा शिकून शाळेत जातो. तुला काय होतंय रे सारखं शाळा बुडवायला?

किरकिऱ्या : आरं बाबा ऽऽ त्याला कुठं बालीस्टर व्हायचंय शाळा शिकून? तू त्याचा शर्ट तेवडा झक्कास शिव म्हंजे झालं.

जोडीदार : झक्कास म्हणजे?

किरकिऱ्या : भान्या सलमानसारखा दिसला पायजे. मग त्याची शिनिमातली सगळी कापडं आपण तुझ्याकडंच शिवायला देणार.

जोडीदार : कुणाची भान्याची?

किरकिऱ्या : (ऐटीत) नाही सलमानची.

(सगळेच हसू लागतात.)

●●●

दृश्य क्रमांक : ३७ **दिवस/म्यूनिसिपालिटी**

शांता आणि विठ्ठल मुकादमाच्या समोर बसलेले दिसतात. मुकादम रजिस्टरमध्ये काही पावत्या चिकटवतोय.

शांता : निवृत्तीची शाळा झाली की तुम्ही देणार त्या टपरीवरच शिलाईमशीन लावायचा विचार हाय.

मुकादम : तोपर्यंत काय करणार?

शांता : माझा मालक चालवंल की काय तरी? काय हो?
(विठ्ठल होकारार्थी मान हालवतो.)

मुकादम : काय तरी म्हंजे? काय करायचं ते ठरवायला नको?

विठ्ठल : भाजी विकीन.

मुकादम : हां घ्या ऽऽ भाजी विकीन म्हणे. दारूच्या वासाची भाजी कोण शिजवेल काय घरात नेवून?

शांता : अहो करतील त्ये?

मुकादम : हे बघा शांताबाई ऽऽ निवृत्तीचं शिलाई मशीन येऊ द्या. मी टपरी देतो. सायबाला सांगून. आता काय बोलायचंच काम नाही.

(शांता उदासपणे एकदा विठ्ठलकडे आणि एकदा मुकादमाकडे बघत राहते.)

•••

(भान्या नवा शर्ट घालून शिकलगारासमोर उभा राहतो. सोबत किरकिऱ्याही आहे. नवी चाळणी खालीवर बघून तपासतो. खूश होऊन पैसे काढून त्याच्या हातात देतो. शिकलगार पैसे मोजता मोजता त्याच्या शर्टाकडे निरखून बघतो.)

शिकलगार : शर्ट नवा लगता है?
(भान्या लाजून गुलजारपणे हसतो तर शिकलगार कपड्याला दोन्ही बोटांनी चाचपतो.)
कपडा मेहेंगा लगता है!

भान्या : हमारे मामाने मुंबईसे भेजा है!
(दोघे थोडेसे अंतर चालून येतात. आणि मग किरकिऱ्या भान्याला विचारतो.)

किरकिऱ्या : तुझ्या आईला एकच भाऊ तुझा सख्खा मामा. खरं तुझा हा नसलेला मामाभी बहोत डेंजर आदमी है भान्या ऽऽ

भान्या : क्यूं ?

किरकिऱ्या : तेरा मामा ऱ्हैता है मुंबई में और भगत के म्हातारे के मुडदे का कपडा भेजता है तुझे शर्ट शिवने के लिए पैठण में ऽऽ

(दोघेही एकमेकाला टाळी देतात.)

●●●

दृश्य क्रमांक : ३९ **दिवस/मंदिर**

अंगात नवा शर्ट आणि हातात स्वतःच्या मालकीची नवी चाळणी घेऊन वाऱ्यावर तरंगत असल्यासारखा भान्या आनंदाने रस्त्याने चालतो आहे. मध्येच त्याला ते प्राचीन मंदिर दिसतं. तो अत्यंत निष्पापपणे पायऱ्या चढू लागतो. तिकडून लगबगीने येणाऱ्या दिगंबर भटजीने काही बोलायच्या आत तो पायऱ्या संपवून गाभाऱ्यात जाऊन उभा राहतो. अत्यंत भक्तिभावाने तो त्याची चाळण देवाच्या पायावर ठेवतो. डोळे मिटून उभा राहतो. इतक्यात संतापलेला दिगंबर भटजी त्याची गचांडी धरतो. भान्याला काही कळायच्या आत त्याला त्याच्या चाळणीसहित तो फरफटत पहिल्या पायरीपर्यंत आणतो.

दिगंबर : मयताची चाळण घेऊन गाभाऱ्यात येतोस? तुला लाज वाटत नाही काय रे भाडखाऊ? परमेश्वराचा गाभारा आहे हा. नाथघाटावरची राख आणि हाडं नव्हेत ती. पांडुरंगाच्या चरणापर्यंत जाण्याची तुझी एवढी हिंमत कशी झाली रे चुतमारीच्या ऽऽ
(दिगंबर भान्याला ढकलतो. तसा भान्या चाळणी पोटाशी घट्ट पकडून गडगडत खाली जातो. आणि तो जाऊन कोहापुरी चप्पल घातलेले दोन पाय आणि मातीत टेकवलेल्या काठीजवळ जाऊन थांबतो, यावरुन हे पत्रे सावकार आहेत हे ध्यानात येते. भान्या हमसा हमशी रडत एकदा त्यांच्याकडे आणि एकदा दिगंबरकडे असहायपणे बघत राहतो. सावकारांच्या सोबत सावकारीण, मुलाणी आणि चंदू सोनार आहेत.)

पत्रे सावकार : दिगंबर अरे पोर आहे ते ऽऽ असं गुरासारखं काय मारतोस त्याला?

दिगंबर : सावकार, अहो हा हरामखोर मंदिराच्या गाभाऱ्यात गेला. तुम्ही व्हा बाजूला आज मी याची चामडीच लोळवतो.

पत्रे सावकारीण : अहो गेला असेल दर्शनाला चुकून. मन मोठं करा दिगंबरपंत.

दिगंबर : मन मोठं करायचं? अहो गाभाऱ्यात तर गेलाच परत वर मर्तिकाचं सामान घेऊन. राख चाळायची चाळण घेऊन हा राजेरोसपणे मंदिराचा गाभारा बाटवतो आणि याच्याकडे कानाडोळा करून मी गप्प बसायचं? धर्म गोदावरीच्या पात्राच्या खालच्या अंगाला बुडवायचा की जायकवाडी धरणाच्या वरच्या अंगाला टांगायचा?

भान्या : (निष्पापपणे) नवी कोरी चाळणी हाय ती, अजून बोणी कुठं केलीय ती बाटायला?

दिगंबर : बघितलं वर थोबाड करुन कसा बोलतो ते?

पत्रे सावकार : भान्या ऽऽ तू गप रे जरा ऽऽ तो परत मंदिरात जाणार नाही याची खात्री देतो मी तुला. याउपर तू त्याच्यावरती हात उचलायचा नाहीस.

दिगंबर : सावकार कशाला खात्री देता असल्या नतद्रष्ट कार्ट्याची? विचारा बरं हा शर्ट त्याने कुठे शिवला?

पत्रे सावकार : काय रे?

भान्या : उस्मान टेलरकडे उधारीवर शिवला.

दिगंबर : कपडा कुठून आणलास?

भान्या : (निष्पापपणे) भगताचं म्हातारं गचाकलं त्याच्या मुडद्यावरच्या कापडातनं शिवला.

दिगंबर : (खवळून) बघितलंत? आता घ्या खात्री करून आणि याला गळ्यात ताईतासारखा अडकवून गावभर फिरा तुम्ही.

(दोन्ही हात एकमेकांवर जोरात आपटून नमस्कार करतो.) चाललो मी.

●●●

दृश्य क्रमांक : ४० **दिवस/नाथघाट**

आजूबाजूच्या लोकांकडे लक्ष नसलेला भान्या अत्यंत तल्लीनपणे नदीमध्ये चाळण हालवतोय. चाळणीमध्ये जमलेल्या नाण्यांच्या ढिगाकडे बघून खूश होतो. नाण्यांमध्ये चमकणाऱ्या पिवळ्या कणाकडे लक्ष जाताच तो चमकतो. तो पटापट नाणी चड्डीच्या खिशात टाकतो. ती पिवळी वस्तू म्हणजे सोन्याची भिकबाळी असते. भान्या ती भिकबाळी दोन बोटांच्या चिमटीत पकडून वर उचलतो. तिच्याकडे बघता बघता तो एकदम स्वप्नात रंगून जातो.

Flash Back I Starts

१) भिकबाळी बोटाच्या चिमटीत पकडून तिचं बारकाईने निरीक्षण करणारा चंदू सोनार दिसू लागतो.
२) भिकबाळीचं वजन करून गल्ल्यामधल्या शंभरच्या नोटा काढून मोजून देणारा चंदू सोनार.
३) भान्याच्या घराच्या दारामध्ये नवीन शिलाई मशीन आलंय. शांता मशीनची मनोभावे पूजा करताना दिसते. डोक्यावर फेटा बांधलेला रुबाबदार विठ्ठल मशीनसमोर नारळ फोडताना दिसतो.
४) निवृत्ती जोरजोरात मशीन चालवतोय आणि भान्याच्या दोन्ही बहिणी आनंदाने टाळ्या वाजवताना दिसू लागतात.

Flash Back I Ends

भान्याच्या पाठीत एक जोरदार फटका बसतो आणि भान्या स्वप्नातून जागा होतो. नाम्या अचानक झडप घालून त्याच्या हातामधील भिकबाळी काढून घेऊन खिशात ठेवतो. त्याच्या चड्डीच्या खिशात हात घालून खिशामधली सगळी नाणी काढून

घेतो. नाम्या त्याला एक फटका मारतो तसा भान्या चाळणीसहित पाण्यात पडतो. तो उठून काही बोलू पाहतो.

नाम्या : भोसडीच्या ऽऽ किती वेळा सांगितलं तुला. तुझा एरिया सोडून दुसरीकडे कुठं घुसायचं नाही म्हणून थांब ऽऽ तुला अशी अक्कल येणार नाही.

(नाम्या त्याच्या हातामधली चाळण काढून घेतो आणि लांब पाण्यामध्ये भिरकावतो. नाम्या त्याची कॉलर पकडून त्याचं मुंडक चार ते पाच वेळा पाण्यात वरखाली करून बुडवतो. भान्याचा श्वास गुदमरतो. त्याला ठसका लागतो. नाम्या त्याला तसाच खेचून काठावरती फेकतो. रडवेला झालेला भान्या हताशपणे नदीच्या प्रवाहाबरोबर लांब लांब वाहत जात बुडत जाणाऱ्या चाळणीकडे बघत राहतो)

•••

मध्यांतर

(सगळ्या बायका काम करत आहेत. आत्याबाई शांताच्या कामावर खूश होतात.)

आत्याबाई :   शांते ऽऽ तुझ्या हाताला सर नाही.

शांता :   खरं आत्याबाई माझ्या नशिबाला चव नाही त्याचं काय!

आत्याबाई :   आता अजून काय?

शांता :   ह्या भान्याच्या उचापती काय कमी होत नाहीत. बघितलं परवा कसं भर देवळात धोपटून काढला त्या दिगंबरपंतानं?

आत्याबाई :   आगं तो दिग्या आहेच तसला. भान्याची लेकराची काय चूक? देवाच्या दरबारात कुणाला गं कसली बंदी?

सदाशिवची बायको : विठ्ठलला, काय घेतात का नाही परत कामावर?

शांता :   (उसासते) ते कुठलं हो?

आत्याबाई :   अगं काहीतरी जोडधंदा करायला सांग त्याला.

शांता :   तो मुकादम टपरी लावून देतो म्हंतोय, खरं हे आमचं बेणंच कडू आहे त्याला काय करणार?

●●●

(जॅकवेलच्या कठड्यावरती भान्या आणि पिराजी बसलेत. भान्या पाण्याने निथळतोय.)

पिराजी : काय म्हणतोस सोन्याची भिकबाळी आणि सगळे पैसे काढून घेतले नाम्याने?

भान्या : (रडू लागतो) त्यानं मारलं त्याचं काय नाही, सगळे पैसे घेतले त्याचं काय नाही, माझी नवी कोरी चाळण गेली वाहून नदीत त्याचंबी काय नाही. खरं तेवढी सोन्याची भिकबाळी वाचली आस्ती तर त्या पैशात निवृत्तीदादाला शिलाई मशीन घेतली आस्ती.

पिराजी : वा रे वाघा माझ्या ऽऽ शाब्बास ऽऽ भावाला मशीन घ्यायची जिगर तुझी, मानला तुला, काय काळजी करू नकोस. घेऊ आपण घेऊ, एक शिलाई मशीन घेऊ तुमच्या निवाऱ्यासाठी.

भान्या : (मुसमुसतो) आणि चाळण? ती कुठनं आणायची?

पिराजी : कशाला काळजी करतोस मर्दा ऽऽ नवी चाळण आणूया आपण. तोपर्यंत पत्रे सावकाराची घे भाड्यानं. चल आता जा घराकडं.

भान्या : नको.

पिराजी : (उठता उठता) आरे चल भान्या.... कपडे बिपडे बदलून घे नाहीतर मरशील सर्दीनं.

भान्या : नको ऱ्हाऊ देत. इथंच उनात वाळवून घेतो माझं मला.

(पिराजी चालायला लागतो. भान्या तसाच बसून आहे. समोरून शकू सारख्या दिसणाऱ्या एक दोन पोरी चाललेल्या आहेत. त्यांच्याकडे बघता बघता भान्याला शकूची आठवण येते. तो तिच्या आठवणींमध्ये रंगून जातो.)

Flash Back II Starts

●●●

दृश्य क्रमांक : ४३ सकाळ/भान्याच्या मामाच्या घरासमोरील ओढा

Flash Back II Starts

(भान्या एका दगडावर बसलाय. बाजूला मामी कपडे धुतेय. शकू दुसरीकडून डोक्यावरच्या बुट्टीमधून भाज्या घेऊन येत असते.)

मामी : ए शकू ऽऽ आगं आमचे जावई बापू असेच बसलेत पारोश्यानं सकाळपास्नं. तुझ्या नवऱ्याला जरा आंघुळ घाल. पाठ घास तुझ्या दाल्ल्याची.

भान्या : मामी दाल्ला म्हंजे कोण?

मामी : तुझा मामा म्हंजे माझा दाल्ला. तुझा बापू म्हंजे तुझ्या आईचा दाल्ला. समजलं काय?

भान्या : ही तर मोठी हाय माज्यापेक्षा.

शकू : (खटाळपणे) काय बिगडलं रे एकांदा नवरा बारका आसला तर? मी आवडत नाई काय तुला?

भान्या : (निष्पापपणे) आवडतीस की.

शकू : केवडी?

भान्या : आईपेक्षा आणि मामीपेक्षा.

मामी : (खटाळपणे) हात मेल्या. बायकोचा गुलाम नुस्ता. ए शके ऽऽ आगं वतकी पानी.

शकू : कपडे तरी काढू देत की आदी?

भान्या : मी फक्त अंगातलं काढणार. चड्डी नाही काढणार.

मामी : का?

भान्या : बायकोसमोर कुणी नागड्यानं आंघुळ करतंय काय कधी?

शकू : आग्गं बाई ऽऽ आई तुझे जावईबापू मोठे झाले बग एकदम.
(शकू आणि मामी दोघीही खळखळून हसू लागतात. इतक्यात
मंदाकिनी धावत येऊन भान्याचा हात हलवून ओरडते.)

मंदाकिनी : भान्या ऽऽ भान्या ऽऽ चल लवकर मामा मामी आणि शकू
आलेत.

(भान्या आठवणीतून जागा होतो.)

●●●

दृश्य क्रमांक : ४४ **दिवस/गावचा बाजार**

Flash Back II Ends

Montages

(भान्या, शकू, मामा, मामी, हेमा, मंदाकिनी, शांता, विठ्ठल, निवृत्ती सगळेजण पैठणच्या बाजारामध्ये फिरताहेत. मामी आणि शांता शकूच्या लग्नाची खरेदी करताना दिसू लागतात.)

१) मामा कोणा मित्राशी तंबाखू चोळता चोळता हसून टाळी देतात.

२) वाऱ्यावर फिरणारी रंगीबेरंगी चक्री फिरवताना भान्या आणि मनसोक्त हसणाऱ्या पोरी दिसू लागतात.

३) बर्फाच्या गोळेवाल्याकडून लाल रंगाचा गोळा घेऊन सगळेजण तो खाता खाता आंनदाने हसताना दिसतात.

४) भान्या आणि शकू दोन दगडांवर बर्फाचा गोळा खात बसलेत. शकू हळूच बर्फाचा चुरा भान्याच्या शर्टाच्या आत टाकते. आणि खट्याळपणे हसू लागते. थंड स्पर्शामुळे अंगाची हालचाल करता करता भान्याच्या हातून बर्फाचा गोळा खाली पडतो. पुढे होऊन शकू त्याला स्वतःचा बर्फाचा गोळा भरवू लागते.

५) घुंगरू वाजतंय, बैलगाडी चाललेली आहे. फेटा बांधलेला मामा बैलगाडी हाकताना दिसतोय. मागे गाडीत बसलेले शकू, भान्या, मामी, मंदाकिनी आणि हेमा हसताना दिसतात.

●●●

दृश्य क्रमांक : ४५ **दुपार/मामाच्या घराची ओसरी**

(गावामधली सात आठ प्रतिष्ठित मंडळी बसलेली आहेत. त्यांचे हास्यविनोद चाललेत. आतून मामी आणि शांता मधेच बाहेर डोकावताहेत, सतरंजीवर ऐसपैसपणे बसलेल्या रुबाबदार पाहुण्यांकडे भान्या, हेमा आणि मंदाकिनी आश्चर्याने बघत आहेत. बाजूला विठ्ठलही बसलाय. मामी आणि शांता साडी नेसवलेल्या शकूला हाताला धरून हळूहळू बाहेर घेऊन येतात. पाहुण्यांसमोर पाट ठेवलाय. त्याच्यावरती तिला बसवतात. काहीही न कळलेला भान्या साडीमधल्या शकूला अभावितपणे बघत राहतो.)

दृश्य क्रमांक : ४५ (अ) **दुपार / मामाच्या घराचे अंगण**

(मामाच्या घराच्या अंगणात आंब्याच्या डहाळया आणि फुलांच्या माळा सजवलेल्या दिसतात. काही बायका रांगोळी काढताना दिसतात. काही पापड लाटताना दिसतात. ओसरीवर भान्याची आई शांता, भान्याची मामी आणि इतर बायका सगळ्या शेवया वळताना दिसू लागतात.)

दृश्य क्रमांक : ४५ (ब) **दिवस वेळ/मंदिराचा परिसर**

एका देवळाच्या दारामधल्या मंडपामध्ये शकूचं लग्नं लागतंय. शुभ मंगल सावधान सोबत मंगलाष्टकाचं अखेरचं कडवं ऐकायला येतंय.

●●●

दृश्य क्रमांक : ४६ **रात्र/लग्नघर**

नववधू शकू आणि तिच्यासोबत खिदळणाऱ्या मैत्रिणींचा लवाजमा दिसतोय. शकू मैत्रिणींसोबत लग्नघराच्या लांब रुंद खोलीच्या एका बाजूला बसलेली आहे. तर दुसऱ्या बाजूला शकूचा नवरा आणि त्याचे आई वडील बसलेले आहेत. बायकांचे समूहगीत ऐकायला येऊ लागते. झिम्मा, फुगडी, लोळणफुगडी, काटवटकना असे बायकांचे अनेक पारंपरिक नाचाचे प्रकार सुरू होतात. या नाचांच्या पार्श्वभूमीवर सुरेल गाणे वाजत राहते. शांता, मामी, शकूची मैत्रीण छबू याही कालांतराने नाचात सामील होतात. भान्या हे भान हरपून ऐकतो आहे. गाण्याचा आनंद घेतो आहे.

Play back song no.III

झिम्मा गं पोरी फुगडी गं ऽऽ
पैंजण गं पोरी बुगडी गं ऽऽ
झिम्मा गं पोरी फुगडी गं ऽऽ
पैंजण गं पोरी बुगडी गं ऽऽ

सांगावा जरा धाडीत जा ऽऽ
आठवण पोरी काढीत जा ऽऽ
झिम्मा गं पोरी फुगडी गं ऽऽ
पैंजण गं पोरी बुगडी गं ऽऽ

कौतुक करताना मन हे भरलंय गं ऽऽ
हळदीच्या अंगाला बाशिंग धरलंय गं ऽऽ
गवतचाऱ्याच्या खोपीत गं ऽऽ
चिमणा चिमणीचा चोचीत गं ऽऽ
सांगावा जरा धाडीत जा ऽऽ
आठवण पोरी काढीत जा ऽऽ

झिम्मा गं पोरी फुगडी गं ऽऽ
पैंजण गं पोरी बुगडी गं ऽऽ

काळजाच्या काठावर चांदणं फुललंय गं ऽऽ
पापणीच्या टोकावर आभाळ झुललंय गं ऽऽ
पैंजण फुगडीच्या तालात गं ऽऽ
हासत राहशील गालात गं ऽऽ
सांगावा जरा धाडीत जा ऽऽ
आठवण पोरी काढीत जा ऽऽ
झिम्मा गं पोरी फुगडी गं ऽऽ
पैंजण गं पोरी बुगडी गं ऽऽ

अलवार पायांनी सासरला जाशील गं ऽऽ
गरभार होऊन माहेरला येशील गं ऽऽ
वडा लिंबाच्या वेशीत गं ऽऽ
जाशील सगळं सोशीत गं ऽऽ
सांगावा जरा धाडीत जा ऽऽ
आठवण पोरी काढीत जा ऽऽ
झिम्मा गं पोरी फुगडी गं ऽऽ
पैंजण गं पोरी बुगडी गं ऽऽ

●●●

दृश्य क्रमांक : ४७ दिवस वेळ/मंदिराचा परिसर

(मंडपाच्या बाहेर दोन तीन बैलगाड्या उभ्या आहेत. सोबत सगळे वऱ्हाडीही आनंदी चेहऱ्याने चालू लागतात. सगळा लवाजमा बैलगाड्यांजवळ येतो. शकू आणि तिचा नवरा भान्याच्या जवळ येतात. शकू मायेने भान्याच्या गालांवरून आणि केसांवरून हात फिरवते. शकूचा नवराही त्याच्या पाठीवरून हात फिरवतो. भान्या भांबावल्यासारखा उभा आहे. मोजके लोक वधुवरांसह गाड्यांमध्ये बसतात. निरोपांची देवाणघेवाण होऊ लागते. बैलगाड्या पुढे सरकू लागतात. निरोप देणाऱ्यांमध्ये भान्याही उभा आहे. त्याच्याशेजारी मंदाकिनी आहे. बावरलेला भान्या ओक्साबोक्शी रडत शकूच्या दिशेने निरोपाचा हात हलवत राहतो. त्याचं रडणं बघून अस्वस्थ झालेली मंदाकिनी त्याच्या दुसऱ्या हाताला हलवत “भान्या भान्या” असे बोलत राहते.)

●●●

दृश्य क्रमांक : ४८ **सकाळ/नाथघाट**

केशव भटजींच्या समोर एक विधी सुरू आहे. नारायण तिथे येतो. केशवकडे संशयाने बघू लागतो केशव नजर चुकवतो. तसा नारायण तिरमिरीने विधीला बसलेल्या माणसाला जाब विचारतो.

नारायण : का हो मालक? गाव कोणतं तुमचं?

केशव : माझ्या यजमानांना प्रश्न विचारणारा तू रे कोण टिकोजीराव?

नारायण : बोला मालक कोणतं गाव तुमचं?

माणूस : तळपिंपरी.

नारायण : म्हणजे कंधार तालुका. हा तालुका तर माझ्याकडे येतो.

माणूस : अहो यांनी सांगितलं की हा तालुका त्यांच्याकडे येतो म्हणून (नारायण आता केशवच्या अंगावर धावून जातो. नारायण भटजी आणि केशव भटजी दोघेही एकमेकांच्या अंगाशी झोंबताहेत सगळा जमाव आश्चर्याने बघत उभा आहे.)

केशव भटजी : हे बघ नाऱ्या ऽऽ बऱ्या बोलाने धोतर सोड.

नारायण : केशव भटा ऽऽ नुसतं सोडणार नाही, काढूनच घेतो आज तुझं धोतर. तुला नागवाच फिरवतो. ह्या नाथघाटावर.

हणमंत : नुस्तं नाथघाटावर नाही ऽऽ याला पार नाशिकपर्यंत नागवं फिरवून आणला पाहिजे.

केशव : ए सुक्काळीच्या ऽऽ हणम्या ऽऽ (केशव भटजी हिसडा देऊन नारायण भटजीला दूर ढकलतो. नारायण लांब जावून पडतो. केशव आता संतापाने हणमंतची गचांडी धरतो. इतक्यात तिथे भाऱ्या आणि मंदाकिनी दोघेही धावत येतात आणि जमावात शिरतात. बाजूलाच हजामत करत असलेला तुकाराम न्हावी हातामधला वस्तरा सांभाळत धावत येतो तर त्याच्या पाठोपाठ अर्धवट डोकं भादरलेलं गिऱ्हाईकही धावत येतं. तुकाराम दोघांच्या मधेच आडवा उभा राहतो.)

तुकाराम : अहो ऽऽ मालक ऽऽ थांबा जरा. एकमेकांची नरडी आवळण्याआधी काय झालं ते तरी सांगा ?

नारायण : तुला माहीत नाही काय रे चोंबड्या, तूही याचाच साथीदार.

तुकाराम : हे बघा नारायणराव ऽऽ मी कुणाच्याही पार्टीचा नाही. दिसलं डोस्कं की भादरायचं एवढंच माझं काम. तुमचं काय बिनसलं तेवढं बोला.

नारायण : तळपिंप्रिवरनं माणसं आली होती. केशवनं दुसराच तालुका सांगून माझं गिऱ्हाईक हडप केलं.

केशव : बघितलं मंडळी ? यजमानांना गिऱ्हाईक म्हणतो. लाज वाटते का बघा लबाडाला.

नारायण : लबाड कुणाला म्हंतोस रे ए माकडा ऽऽ ए भान्या ऽऽ ती माझी काठी तेवढी आण रे ऽऽ आठवड्यातून चार वेळा याचं पळवापळवीचं नाटक. ह्याच्या डोक्याचा नारळंच फोडतो आज. (भान्या धावत जाऊन बाजूला पडलेली एक काठी उचलतो. शहाजी भगताच्या हातामधली म्हशी हाकायची काठी खेचतो. दोन्ही काठ्या घेऊन दोघांसमोर उभा राहतो.)

भान्या : घ्या

पिराजी : हाणा ऽऽ मंडळी ऽऽ करा सुरवात, फुटू द्या नारळ ऽऽ (नाम्या तिरमिरीत पुढे येतो. भान्याच्या हातामधली काठी खेचून घेऊन लांब फेकतो. भान्यावर हात उचलतो.)

नाम्या : माज आला काय रे. भान्या ऽऽ मोठ्यांच्या भांडणात कशाला पडतोस ?

(पिराजी नाम्याचा हात धरून पिरगाळतो. त्याला ढकलत दूर नेऊ लागतो.)

तुकाराम : झालं समाधान ? नारायण महाराज ? दाखवला तमाशा जगाला? बरं वाटलं जिवाला? अशानं लोकं फिरकायची नाहीत पैठणकडं. बाहेरच्या बाहेर करतील सगळं क्रियाकर्म आणि मग सगळ्यांनाच उपासमार घडेल.

(भान्या आश्चर्याने तुकाराम न्हाव्याकडे बघत राहतो.)

●●●

दृश्य क्रमांक : ४९ **दुपार/रस्ता**

नारायण भटजी : खिशात पैसा नाही. दुकानदार उधारीवर पिऊ देत नाही. चुकून प्यायला मिळालीच तर १०० मिलीमध्ये काम भागत नाही. कसं व्हायचं हणमंता?

हणमंत : माझा तर महिन्याभरात एकही आकडा लागला नाही. फुटकी कवडी जवळ नाही, त्यात गुढीपाडवा तोंडावर आलाय.

नारायण : सणासुदीला घरच्यांपास्नं तोंड लपवायचं म्हणजे कठीणच.

हणमंत : तरी बरं तुम्हाला मूलबाळ नाही. आमच्या पदरी तीन तीन लेकरं, गुढीपाडव्याला एकाला शर्ट घ्यायचा म्हंजे बाकीच्या दोघी झगा मागणारच.

नारायण : काय तरी जालीम उपाय काढला पाहिजे हणमंता ऽऽ एकदम जालीम ऽऽ

हणमंता : असा जालीम उपाय पाहिजे का नाथघाटावर खड्डा करून त्यात केशवला गाडता आला पाहिजे.

नारायण : आणि वर तुळशीचं रोप लावता आलं पाहिजे त्याची आठवण म्हणून.

●●●

दृश्य क्रमांक : ५० रात्र/पत्रे सावकाराचा वाडा

पत्रे सावकार आणि सावकारीण आत्याबाईंशी बोलत बसलेत. पत्रे सावकाराचा पोरगा प्यायलेल्या अवस्थेत वाड्यात येतो. आतल्या खोलीत जाऊ लागतो.

सावकारीण : हे असं आहे सगळं आत्याबाई, कुठल्या जन्मीचं आमचं पाप म्हणायचं बघा.

पत्रे सावकार : अहो त्याच्या कर्माने मरतोय तो. आपण कसे काय पापी?

सावकारीण : पोटचा गोळा आहे तो माझ्या. असा कसा मरू द्यायचा? (सावकाराचा पोरगा तिडबिडत बाहेर येतो. आणि तारवटलेच्या चेहऱ्याने बोलतो.)

पोरगा : मारा मारा ऽऽ एकदाचं मला मारुन मोकळे व्हा. सगळया जगाला कळेल मग पत्रे सावकारांची मर्दुमकी.

आत्याबाई : अवधूत अरे काय बोलतोस तू? शरम नाही वाटत तुला?

पोरगा : ओ आत्याबाई ऽऽ मी काय कोणाचं घोडं मारलयं?

आत्याबाई : कसा वागतोस? कसा दिसतोस? आणि काय अवतार करून घेतलास हा? तो नाम्या काय, तो विठ्ठल काय अरे कसल्या लोकांच्या संगतीत असतोस?

सावकारीण : एकदाचं लग्न लावून द्या म्हणतेय तर तेही नाही.

पत्रे सावकार : आत्याबाई ऐकलंत का? पन्नास ठिकाणी जोडे झिजवून झाले. हे असलं घाणेरडं व्यसनी पोरगं. कोण बाप पोरीच्या गळयात दगड बांधून तिला विहिरीमध्ये ढकलेल?

सावकारीण : तुम्हीच बघा कोण गरीबाघरची मिळतेय काय ते. आमची कसलीच अट नाही देण्याघेण्याची आणि जातीपातीची. गुढीपाडवा झाला की लगेच मुहूर्त काढूया. (आत्याबाई विचारात पडतात.)

●●●

दृश्य क्रमांक : ५१ **सकाळ/नाथघाट**

(एक मेटॅडोर थांबलेली दिसतेय. मेटॅडोरजवळ दहा पंधरा लोकांचा घोळका दिसतोय. भान्या त्यांच्याशी काही बोलताना दिसतोय. नारायण भटजी हे लांबून न्याहाळताना दिसतात. भान्या बोलता बोलता नारायणकडे बोट दाखवतो तसे सगळेजणं भान्याच्या पाठोपाठ नारायण भटजीच्या दिशेने चालू लागतात. भान्या जरा पुढे येतो अन् खासगी आवाजात नारायणला बोलतो.)

भान्या : नवं गिऱ्हाईक आलंय. रस्ता चुकून फिरून फिरून आलेत. राख सांभाळत. मी तुमचंच नाव सांगितलं. (नारायणचा चेहरा उजळतो, तो पुढे होतो.)

नारायण : (अजिजीने) मी नारायण पूर्णपात्रे. आपली काय सेवा करू मी?

जाड्या माणूस : तिसरं आणि दहावं आजचं करायचंय.

नारायण : करूयात ना करूयात ना? जशी यजमानांची इच्छा. (आलेल्या लोकांमये जय-विजय नावाचे दोन भाऊ आहेत. दोघांच्या फणकाऱ्याने वागणाऱ्या बायका आहेत. एक खडूस म्हातारी आई आहे. एक बहीण आहे. जाड्या माणूस हा एक जगाचा अनुभव घेतलेला नातेवाईक आहे. आणि अजून दोन पाचजण आहेत)

जय : (अपराधीपणे) ते काय झालं, आता गाडीत येताना ठरलं आमचं का तिसरं आणि दहावं एकदम करावं म्हणून

आई : (फणकाऱ्याने) पोरांना वेळ नाही, बापाच्या क्रियाकर्मासाठी दोनदा पैठणची वारी करायला.

बहीण : आई अगं गप ना जरा. गाडीत झालीय ना चर्चा सगळी. (दोन्ही सुना नाक उडवतात.)

आई :	मी बोललं की तोंड दिसतं. (गहिवरते) काय कमी केलं का त्यांनी या दोघांसाठी? रिटायर झाले तरी राबायचे. का तर म्हणे पोरांच्या संसाराला हातभार पाहिजे. आता लावा हातभार
जाड्या :	काकू शांत रहा आता जरा.
विजय :	(चाचरत) अचानक ठरलं ना दोन्हीचं त्यामुळे दहाव्याचं सामान नाही आणलं आम्ही
नारायण :	काय काळजी करू नका. सगळ्यांनी बसा आरामशीर थोडा वेळ इथं. अगोदर रक्षा विसर्जन करून घ्या. आम्ही करतो पुढची सगळी व्यवस्था. काय भान्या?
भान्या :	होय तर. (स्तब्धता) तुम्ही दोघे भाऊ काय? (जय, विजय दोघेही माना हलावतात.) शर्ट पॅन्ट काढा दोघांनीबी, नुसतं चड्डी बनियान वरती जायला लागतंय. (दोघं कपडे काढू लागतात. तश्या दोघांच्याही बायका आपापल्या नवऱ्यांचे कपडे सांभाळू लागतात. विजय कपडे काढून होताच राखेचं पोतं दोन्ही हातांनी उचलून नदीपात्राच्या दिशेने चालू लागतो. राखेच्या ओझ्याने त्याला नीट चालता येत नाही.)
विजयची बायको :	अहो खांद्यावर घ्या नीट. साभाळून.
आई :	(कडवटपणे) जिवंतपणी नाही सांभाळता आलं आता मेल्यावर तरी सांभाळा म्हणावं बापाला.
बहीण :	आई अगं गप जरा.
आई :	मला तर धडपणी जाळतात तरी की नाही मेल्यावर कुणासं ठाव. का देतात मुडदा ढकलून विहिरीत एखाद्या.
जाड्या :	काकू आता बास हं, जगासमोर तमाशा नकोय. (भान्या जय-विजयच्या सोबत चाळण घेऊन नदीत घुसतो. मांड्यांइतकं पाणी लागल्यावर दोघांना थांबवतो.)

भान्या :	हा आता उत्तरेकडं तोंड करा. उजव्या खांद्यावरनं पाठीमागे
	राख सोडा. हा वडलांच नाव घ्या. बोला.....
	(भान्या राखेनं जड झालेल्या चाळणीचा काठ पकडून चाळणी
	पाण्यात हलवू लागतो. चाळण पाण्याबाहेर काढतो.
	चाळणीमध्ये दिसणारी ओंजळ भर नाणी आनंदाने निरखता
	निरखता स्वतःशीच हसतो. तिघेही काठावर येतात.)
नारायण :	(हळू आवाजात) भान्या तुझ्या घराकडे जावून दहाव्याचं
	लागणारं सगळं सामान घेऊन ये. तुला पण चार पैसे
	सुटतील. (भान्याचा चेहरा खुलतो. तो चाळण बाजूला
	ठेवून चड्डी सावरत धूम पळतो.)
नारायण :	तुकाराम ऽऽ अरे ये लवकर यजमान ताटकळलेत.
	(बाजूला चालू असलेली हजामत संपवता संपवता आलोच
	असे म्हणतं तुकाराम धावत येतो. धोकटीमधून वस्तरा,
	वाटी, साबण असं एकेक करून काढत जय आणि विजयची
	हजामत सुरू करतो.)
तुकाराम :	हां आंग चोरू नका मालक. निवांत बसायचं. आपला हात
	म्हणजे एकदम हलका. माझ्या हातांनं हजामत करून
	घेण्यासाठी मेलेल्या माणसाला पण जिवंत व्हावंसं वाटतं.
	आता काय सांगू तुम्हाला?
	(असे म्हणून तुकाराम स्वतःशीच खी ऽऽ खी ऽऽ करून
	हसू लागतो. पिराजी तिथे येतो.)
नारायण :	पिराजी बरं झालं आलास ते. त्यांनी आणलेल्या सामानातून
	तीन ताटं, पीठ आणि पाण्यासाठी एक तांब्या काढ.
विजयची बायको :	ताट ब्राम्हणाला द्यायला म्हणून एकच आणलं. तांब्या तर
	आणलाच नाही. आमच्या गावच्या भटजींनी अशी कशी
	यादी दिली सामानाची?
जयची बायको :	तरी मी तुम्हाला म्हटलं होतं. दोघा चौघांना विचारून घ्या.
	ऐनवेळी असं चारचौघात खाली पाहावं लागतं.
पिराजी :	राहू द्या हो वहिनी, मी करतो व्यवस्था काय त्यात एवढं?
	डोन्ट वरी. आणि बी हॅपी.

विजयची बायको : त्यात काय एवढं म्हणजे? अहो नसलं काही सामान तर आभाळ कसलं कोसळतंय? मी तर म्हणते हा विधी करणं थोतांड आहे. ब्राम्हण लोकांनी त्यांच्या पोटापाण्यासाठी केलेली सोय आहे ही.

जाड्या : (चिडून) कां बरं? ब्राम्हण मंडळी तुमच्या घरासमोर येऊन उपोषणाला बसलीत की काय हे सगळं करा म्हणून? (चरफडून) करायची हौस असते सगळ्यांनाच बदनाम करायचं मात्र ब्राम्हणांना.

विजयची बायको : (फणकाऱ्यानं) हे असलं सगळं करण्यापेक्षा गोरगरिबांना दान द्यावं म्हणते मी.

बहीण : (संतापाने) वहिनी ऽऽ ज्यांना स्वतःला काही करायचं नाही ना त्यांनी दानाच्या गोष्टी करू नयेत. कळलं ना?

म्हातारी : तुझी आई किंवा बाप वर जाईल तेव्हा कर तू दानयज्ञ. तुझ्या माहेरचं तर देच वर आमच्याकडंचही घाल डोंबलावर गोरगरिबांच्या, म्हणजे तुमची पितरं सुखाने स्वर्गात नांदतील. (वातावरणात तणावपूर्ण शातंता पसरते. सगळेच सुन्नपणे बसलेले आहेत. वातावरणामधला तणाव कमी करण्यासाठी जाड्या माणूस तोंड उघडतो.)

जाड्या : गुरुजींना द्यायला आणलंय तेच ताट काढा तात्पुरतं. बरं मी काय म्हणतो पंडितजी सगळा मिळून किती वेळ जाईल? म्हंजे किती तास?

पिराजी : पाच तास पकडून चला. कंटाळा यिल जरासा खरं इलाज नाही. एक आख्खा हेलपाटा वाचतो नाही का तुमचा? (म्हातारी तोंडाला पदर लावून स्फुंदते आहे. जय-विजयच्या बायकांमध्ये आपापसात काहीतरी कुजबुज होते. जयची बायको विजयच्या बायकोला डोळ्यांनीच खुणावते आणि पुढे जायला सांगते. विजयची बायको बसलेल्या जागेवरून त्या दोघांच्या जवळ जाते.)

विजयची बायको : मी काय म्हणतेय? इतके तास बसून काय करायचं? आम्ही दोघी जाऊन येऊ का जरा पैठणमध्ये?

विजय : अगं प्रसंग कोणता आणि काय विचारतेस तू? आई काय म्हणेल.

विजयची बायको : (उसळते) दुसरं केलयं काय त्यांनी आयुष्यात? तुमच्या घराचं माप ओलांडून आले त्या दिवसापासून त्या सतत काहीतरी म्हणतच असतात. येतं काय त्यांना दुसरं?

(विजय दोन्ही हात एकमेकांवर आपटून नमस्कार करतो.)

विजय : ये जाऊन ये. पण तोंड बंद कर.

विजयची बायको : काय गार्डनमध्ये नाही चाललेली मी. आमच्या L.I.C. मधली ती शकुंतला बिडकर तीही पैठणचीच. तिचे वडील वारले गेल्या आठवड्यात. तिला आणि तिच्या आईला भेटून येते. ए नीलिमा चल गं ऽऽ

पिराजी : काय पत्ता बित्ता शोधायचा आसला तर मी येवू का दाखवायला.

विजयची बायको : (सहेतूकपणे) चालेल ना.

(तिघेही चालू लागतात. नारायण भटजी त्यांच्या कामात गुंग आहेत. तुकाराम त्याची धोकटी आवरत पुढच्या यजमानांना आलोच असे म्हणतो.)

●●●

दृश्य क्रमांक : ५२ **दिवस/भान्याचं घर**

(शांता काही घरकाम करतेय. विठ्ठल ओसरीवर विडी ओढत बसलाय. भान्या येतो.)

शांता : का रे बाबा? नाथघाट बंद पडला का काय? लवकर घराकडं आलास ते?

भान्या : एक गिऱ्हाईक आलंय घाटावर. दहाव्याचं सामान सांगलंय नारायण महाराजानं. तीस रुपये सुटतील बघ.

(शांताचा चेहरा आनंदाने फुलतो.)

शांता : चल चल आटप लवकर मग. मला कारखाना गाठायचाय.

(भान्या खिशामधली चिल्लर नाणी काढून तिच्या ओंजळीमध्ये ठेवतो. शांताचा चेहरा खुलतो. विठ्ठलसुद्धा धडपडून उठतो. शांता वेगवेगळया डब्यांमधून, मडक्यांमधून सामान काढू लागते. भान्या ते काळजीपूर्वक पिशवीमध्ये भरू लागतो. विठ्ठल त्या दोघांना मदत करू लागतो.)

●●●

दृश्य क्रमांक : ५३ दिवस/नाथघाट

नारायण भटजींच्या समोर जय-विजय बसलेत. विधी सुरू आहेत. मात्र या दृश्यामध्ये जय आणि विजयच्या बायका तसेच भान्या हे तिघे दिसत नाहीत.

●●●

(पैठणीच्या कारखान्यामध्ये सदाशिवची आणि तुकारामची बायको यांच्या सोबतच शांता आणि ती शारदा नावाची गरीब मुलगी काम करताना दिसताहेत.)

आत्याबाई : मी काय म्हणते शांते ऽऽ हिला ना आई-बाप ना बहीण-भाऊ. कसं व्हायचं या पोरीचं नाही म्हणालीस तरी पत्रे सावकार भला माणूस आहे. त्याच्या पोराबरोबर हिची गाठ मारून दिली तर?

शांता : आत्याबाई अहो नादिष्ट पोरगं ते. दारू काय पितं, शिग्रेटी काय वडतं.

आत्याबाई : सुधरेल की गं हिच्या नादानं लग्न झाल्यावर. आणि हिचा मामा तरी काय बघतोय हिचं? हिची मामी दोन घास सुखानं वाढते का विचार तिला, काय गं?

(ती मुलगी काम करता करताच मानेने नकारार्थी मान हलवते. बोलता बोलता आत्याबाई, शांता आणि सगळयांचं लक्ष दुसऱ्या बाजूला जातं तर तिकडे जय आणि विजयच्या बायका एकमेकींना पैठणीचा पदर खांद्यावरती पांघरून कसा दिसतोय ते दाखवत असतात. दोघींच्या मध्ये पिराजी ऐटीत उभा आहे.)

●●●

दृश्य क्रमांक : ५५ | दिवस/नाथघाट

(जय विजय दोन्ही हात जोडून नारायणच्या समोर बसलेत. बाकीची मंडळीही दिसत आहेत. भान्याही बाजूला शांतपणे चाळण मांडीवर घेऊन बसलाय. विधी संपतात. सगळी आवराआवर सुरू होते. तुकाराम जाड्या माणसाजवळ येतो आणि दक्षिणेसाठी हात पसरतो. जाड्या माणूस चुरगळलेली पाचची नोट काढून तुकारामाच्या हातावरती ठेवतो. तुकाराम त्याच्या तोंडाकडे बघतच राहतो.)

जाड्या : नारायणराव ऽऽ हे घ्या तुमचे
(असं म्हणून दहाच्या चुरगळलेल्या पांच-सहा नोटा हातात ठेवतो.)

नारायण : अहो यजमान ऽऽ दोन्ही विधी, त्यात दहाव्याचं सामान, ह्यामध्ये हातातोंडाची गाठ कशी पडायची?

जाड्या : इथला दर इतकाच आहे असं केशवभटजी सांगत होते.

नारायण : (आश्चर्याने) तुम्हाला कुठे भेटले ते?

जाड्या : आम्ही त्यांना शोधत त्यांच्या घरी गेलो. तर ते आजारपणामुळे आले नाहीत. त्यांनी सांगितलं तेवढे दिले. इथला रेट जेवढा आहे तेवढेच दिले.
(तुकाराम हातामधली नोट जाड्याच्या अंगावर फेकतो.)

तुकाराम : राहू द्या तुमच्याकडंच. नाहीतर त्या केशवभटाला नेवून द्या. हजामत फुकट केल्याचं पुण्य तरी मिळेल मला.
(इतक्यात बाकीचे सगळे मेटॅडोरकडे जात आहेत.)

नारायण : (संतापाने थरथरत) पण तुमच्या मृतात्म्याला स्वर्गप्राप्ती न होण्याचं पाप तुम्हाला लागेल त्याच काय?

जाड्या : (थंडपणे) ते पाप कुठं धुवून काढायचं ते बघतो माझं मी, तुम्हालाही नको असतील तर द्या परत, मी घ्यायला तयार आहे.

(भान्या त्या जाड्या माणसाकडे आणि नारायणच्या हातातील चुरगाळलेल्या नोटांकडे हताशपणे बघत राहतो.)

●●●

दृश्य क्रमांक : ५६ छोटा घाट/दुपार

बायकांच्या धुणी धुण्याचा हा छोटासा घाट आहे. कित्येक बायका दगडी पायऱ्यांवर धुणी धुवत बसलेल्या आहेत. सगळ्यात वरच्या पायरीवरती अत्यंत खिन्नपणे नारायण भटजींची बायको बसलेली आहे. ती आत्याबाईंना काही सांगते आहे. बायकांमध्ये शांता, सदाशिवची बायको आणि तुकारामचीही बायको आहे. शांता धुणी धुता धुता आत्याबाईंचं आणि नारायणच्या बायकोचं बोलणं ऐकते आहे.

नारायणची बायको : जिथं तिथं असे आडवे येतात केशव महाराज. आम्ही कसं जगायचं सांगा की आत्याबाई.

आत्याबाई : आगं नुस्ताच आडवा आला आस्ता तर काय नाही गं. खरं तोंडाला येईल तेवढे पैसे उकळतोय म्हणे अडलेल्यांकडून (इतक्यात शांता जवळ येऊन उभी आहे.)

नारायणची बायको : कोणाकडून किती का उकळेना. आमचं काही म्हणणं नाही. दुसऱ्यांना जगण्यापुरतं तरी सोडा की म्हणावं.

आत्याबाई : ए शांता ऽऽ हे घे गं बोचकं यांच्या कपड्याचं. जरा काढ खदबळून.
(शांता नारायणच्या बायकोच्या पायांशी असलेलं कपड्यांचं बोचकं उचलते.)

नारायणची बायको : आत्याबाई तुम्हीच काहीतरी पुढाकार घ्या. सांगा पत्रे सावकारांना पंच कमिटी लावा म्हणावं.

शांता : होय आत्याबाई, सागांच पत्रे सावकारांना.

नारायणची बायको : (डोळे पुसते) नाही तर मग आम्ही दोघं काय भरल्या पोटावर जीव सोडत नाही बघा.

(शांता चक्रावल्यासारखी नारायणच्या बायकोकडे बघत राहते.)

●●●

दृश्य क्रमांक : ५७ रात्र/नाथघाट-पंचकमिटी

नाथघाटावर मंदिराच्या समोरच्या पटांगणामध्ये आणि तिन्ही बाजूंनी उतरणाऱ्या पायऱ्यांवरती शेकडो बाया-माणसं, पोरं, म्हातारे कोतारे असे असंख्य गावकरी बसलेले आहेत. कीर्तनकार, पत्रे सावकार, त्यांचा तारवटलेल्या डोळ्यांचा पोरगा, तुकाराम, सदाशिव, नाम्या, विठ्ठल, शांता, इतरांच्या बायका, आत्याबाई, शहाजी, केशवभटजी, नारायण, हणमंत, दिगंबर, पिराजी, भान्या, किरकिऱ्या, किरकिऱ्याचा बाप असे सगळेजण जमावात दिसू लागतात. कॅमेरा चारी बाजूंनी फिरत धर्म परिषदेच्या दगडी भिंतींचा वेध घेवू लागतो. लोकांच्या चेहऱ्यावरून फिरत मागच्या गोदावरीच्या पात्राच्या अंधूक उजेडात चमकणाऱ्या पाण्यावरून पुढे सरकतो. एखादी नाव पाण्यातून चाललेली असावी तिच्या शिडाचा हेलकावणारा मिणमिणणारा कंदील दिसू लागतो. कीर्तनकारांचा धीरगंभीर आवाज आसमंतात घुमू लागतो.)

कीर्तनकार : बंधू-भगिनींनो या पंच कमिटीमध्ये कोणालाही बोलायचा अधिकार आहे. मात्र याचा अर्थ कोणीही काहीही बोलावं असा होत नाही.

आत्याबाई : मात्र कोणीही कसंही वागून या गावाचं नाक कापावं हेबी बरं नाही.

कीर्तनकार : आत्याबाई सबुर. विषयाला अजून तोंडच फुटलेलं नाही तोवर टिकाटिप्पणी नको.

शांता : मग फोडा तोंड. अजून कसला मुहूर्त बघताय? अहो नारायणराव बोला आता घडाघडा ऽऽ तुम्हीच लावली का नाही पंचकमिटी? हणमंतराव आता गप का?

नारायण : आता काय सांगावं महाराज? आई जेवायला घालत नाही आणि बाप भीक मागू देत नाही अशी तऱ्हा.

नाम्या : (मग्रुरपणे) म्हंजे?

नारायण : म्हणजे राजानं मारलं आणि पावसानं झोडपलं तर जावं कुठे माणसानं?

पिराजी : ओ पंडित ऽऽ जरा इस्कटून सांगा.

हणमंत : इकडं आड आणि तिकडे विहीर अशी अवस्था झालीय आमची.

सदाशिव : तुम्ही दोघांनी म्हणींची स्पर्धा ठेवलीय का कायं रे?
(सगळे हसू लागतात)

पत्रेसावकार : सबुर ऽऽ सबुर ऽऽ

नारायण : एका बाजूला मंगलविधी करणारे आम्हाला मिसळून घेत नाहीत.

दिगंबर : अहो शास्त्राचा आधार आहे त्याला तुम्हाला काय वाटतं नारायणराव ऽऽ आमच्या जोडीने तुम्हीही मुंज साजरी करावीत?

नारायण : (चाचरत) तसं नव्हे पण. . . .

पत्रेसावकार : अरे तुम्ही किरवंत. सनई चौघड्यांच्या साथीने तुम्ही म्हंटलेल्या मंगलाष्टका यजमानांना तरी चालतील का? काय रे हणमंता?

हणमंत : ते ही खरंच ऽऽ

नारायण : (गहिवरतो) मग जगायचं कसं ते तरी सांगा? नोकरी सुटलेली, पदरी मुलबाळ नाही तरी रेटतोय प्रत्येक दिवस भोजनावळीच्या आशेने, आजारी बायकोला सांभाळत. अहो कधी कधी यजमान वाढत नाहीत पंगती. रिकामं पोट ढवळून निघतं. त्यात हा केशवभटजी सुखाने मरूही देत नाही आम्हाला.

केशवभटजी : (तिरमिरीने) आम्ही काय लाथ मारली तुमच्या जगण्यावर?

हणमंत : यजमानांची पळवापळवी थांबवा जरा.

केशव : जरा जागेवर थांबत चला. मटक्याची गाडी आणि दारूचा गुत्ता दिसला की चालले. वर म्हणायचं यजमान कुठे गेले आमचे?

नारायण : (फडाफडा मारून घेतो) होतो जिवाला त्रास, मग घ्यावीशी वाटते दोन घोट (मारून घेत) नाही घेणार, नाही घेणार यापुढे.

पत्रेसावकार : वैयक्तिक हेवेदावे काढू नका. सचोटीनं वागा. मुद्द्यावरती या.

केशव :	आमचे कष्ट दिसत नाहीत कोणाला. यजमान आमच्या धर्म ज्ञानावर खूश होतात. हे कुणी ध्यानातच घेत नाही. म्हणे सचोटीने वागा, वैयक्तिक हेवेदावे काढू नका. पत्रे सावकार, मला सांगा, बारक्या बारक्या पोरांना राख चाळायला चाळणी भाड्याने देता, कसली ही सचोटी? पुढच्या पिढीसाठी कसलं धर्मज्ञान मांडून ठेवताय तुम्ही?
पत्रेसावकार :	माझ्या आजा पणज्यापासून चाळणी भाड्याने देण्याचा पिढीजात व्यवसाय आहे माझा. तुझ्यासारख्या फसवणूक करून पैसे कमवायचा दलालीचा धंदा नाही माझा.
केशव :	अरे वा रे वा. तुमचा तो पिढीजात व्यवसाय आणि आमचा मात्र दलालीचा धंदा काय?
पत्रेसावकार :	काही बोललास तरी दलाल नाही मी तुझ्यासारखा समजलं?
नाम्या :	ए ऽऽ दलाल बोलायचं काम नाही.
पिराजी :	(नाम्याला) ए ऽऽ बोट खाली कर. आणि आवाज कमी.
कीर्तनकार :	शांतता राखा, खाली बसा.
	(भान्या उठून उभा राहतो.)
भान्या :	ते दराचं तेवढं ठरवा. कमिटी ठरवणार तेवढेच पैसे घ्यायचे सगळ्यांनी, मनाला यिल तसे पैसे कुणी मागायचे नाहीत. मधल्या मधी पैठणची बदनामी होतेय.

केशव : ए भान्या ऽऽ तुझा काय संबंध? तुझ्यासारख्या मातंग समाजाच्या पोरानं येवढं थोबाड सोडणं बरं नाही.

शांता : ए केशव भटा ऽऽ तुझ्या तिरडीचा मोडला बांबू. भाड्या जात काढायचं काम नाही. तुझं दातच तोडीन.

भान्या : सगळ्यांनी बोलायचं ठरलंय. महाराजानीच सांगितलंय तसं. मीपण बोलणार. हजामतीचा दर किती, तिसऱ्याचा किती, दहाव्याचा किती, तिसरं आणि दहावं एकदम आसलं तर किती? सगळं ठरलं पाहिजे.

तुकाराम : बरोबर आहे भान्याचं.

केशव : (दिगंबरला) तुम्ही मुंजीचे किती घेता आणि लग्नाचे किती लावता विचारतो का आम्ही? यजमान स्वखुशीने आम्हाला दामदुप्पट देतात. कोणाच्या बापाचं काय जातंय?

पिराजी : ए ऽऽ बाप काडायचं काम नाही. नाही तर हाणीन धरून एकेकाला

(गोंधळ उडतो, बरोबर आहे, दर ठरलाच पाहिजे. ठरवून कसं चालेल? असे वेगवेगळे आवाज ऐकायला येऊ लागतात.

नारायण : ठरलेला दर जो कोणी पाळणार नाही त्याला दिवसाला शंभर रुपये दंड लावला पाहिजे.

केशव : ए नाऱ्या ऽऽ तू ये दंड वसूल करायला. तुझं थोबाडच फोडतो भाडखावू ऽऽ

(गदारोळ, कोलाहल, केशव भटजी आणि नाम्या आणि त्यांच्यासोबत आठ-दहा जणं रागारागाने निघून जाऊ लागतात. कीर्तनकार सगळ्यांना शांत रहा शांत रहा असे म्हणेपर्यंत प्रसंग संपतो. काहीही न कळल्यासारखा भान्या शांता आणि विठ्ठलकडे नुस्ता बघत राहतो.)

●●●

दृश्य क्रमांक : ५८ **दिवस/शाळा**

(शांता गुरुजींना भेटायला शाळेत आलेली आहे.)

गुरुजी : तसा हुशार आहे भान्या. गणित आणि विज्ञानात गती आहे. पण जागेवर सापडत नाही आणि वात्रटपणा फारच करतो.

शांता : आता तुम्हीच सांभाळून घ्या गुरुजी.

गुरुजी : ते चाळण घेऊन नाथघाटावर हिंडणं जरा बंद करा त्याचं.

शांता : कमी करतो गुरुजी. बंद करून कसं चालेल? मलापण हातभार लागतोय त्याचा.
(हळवी होते.) आता येत्या गुढीपाडव्याला बहीण भावाला नवे कपडे घेणार म्हंतोय साठवलेल्या पैशातून.

(गुरुजी समजूतदारपणे हसतात.)

●●●

दृश्य क्रमांक : ५९ **दिवस/नाथघाट**

भान्याच्या वर्गामधली सगळी पोरं नाथघाटावर जमलेली आहेत. सगळयांच्यासमोर मुलांकडे तोंड करून भान्या आणि किरकिऱ्या उभे आहेत. दोघांच्या मध्ये गोरक्ष कुलकर्णी हा अत्यंत गुटगुटीत असा वर्गमित्र उभा आहे. किरकिऱ्या दोन्ही हातांची ओंजळ कर्ण्यासारखी करतो आणि तोंडासमोर धरतो.

किरकिऱ्या : सावधान ऽऽ होशियार ऽऽ
होशियार ऽऽ सावधान ऽऽ

भान्या : मेहेरबान कदरदान हमारी जान तुमपे कुरबान ऽऽ

किरकिऱ्या : मेहेरबान कदरदान हमारी जान तुमपे कुरबान ऽऽ

भान्या : जादू ऽऽ जादू ऽऽ जादू ऽऽ पैठणचे सुप्रसिद्ध जादूगार आता तुमच्यासमोर जादू सादर करणार

किरकिऱ्या : करणार ऽऽ करणार ऽऽ करणार ऽऽ जादु सादर करणार.

भान्या : पैठणचे सुप्रसिद्ध जादूगार गोरक्ष कुलकर्णी तुमच्यासमोर जादू सादर करणार

गोरक्ष : (आश्चर्याने) मला कुठे येते जादू

भान्या : आम्ही सोबत असलो की तुला पण जादू येणार ऽऽ येणार ऽऽ येणार ऽऽ येणार ऽऽ येणार ऽऽ गोरक्षला जादू येणार ऽऽ मेहेरबान ऽऽ कदरदान ऽऽ हमारी जान तुमपे कुरबान ऽऽ (बोलता बोलता दोघेही दोन्ही बाजूंनी त्याचे दोन्ही हात कोपरापासून दुमडून त्याच्या सैलसर टी शर्टमधुन आत कोंबतात. हाताची घडी वर उचलतात, आता फोड केलेले आणि आत अडकलेले हात आणि दोन्ही हातांची समपातळी यामुळे गोरक्ष बुजगावण्यासारखा दिसू लागतो. दोघे दोन्ही बाजूंनी खाली वाकून त्याच्या पायाला हात लावून नमस्कार करतात.)

दोघेही : बोला ऽऽ गोरक्षनाथ महाराज की ऽऽ

सगळी मुले : जय ऽऽ

(इतक्यात अत्यंत चपळाईने दोघे दोन्ही बाजूनी त्याच्या चड्डीची टोके क्षणार्धात खाली खेचतात, टी शर्टमध्ये हात अडकलेले आणि खाली पूर्णपणे नागडा असा गोरक्ष थयथयाट करत नाचता नाचता मातीत पडतो. सगळी मुले हसून बेजार होतात. भान्या आणि किरकिऱ्या दोघेही धुम्म पळून जातात.)

●●●

दृश्य क्रमांक : ६० **सकाळ/पैठणमधली गल्ली**

गावामधले सगळे प्रतिष्ठित लोक एकत्र जमलेत. सगळ्यांनी एकतर ठेवणीतले किंवा नवेकोरे कपडे घातलेत. बायका भरजरी नऊवारी लुगड्यांमध्ये नथ-बिथ घालून, गजरे माळून सजलेल्या आहेत. पुरुष मंडळी झब्बा लेंगा, कुडता जाकीट धोतर टोपी अशा वेशांमध्ये दिसत आहेत. लहान पोरांची लगबग दिसते आहे. ढोलताशे वाजत आहेत. जमावामध्ये पत्रे, दिगंबर, कीर्तनकार, गुरुजी, केशव, नारायण, हणमंत, पिराजी, नाम्या, सदाशिव, शांता, विठ्ठल, आत्याबाई, नारायण भटजीची बायको, शहाजी, तुकाराम, भान्या, किरकिऱ्या, किरकिऱ्याचा बाप, मुलाणी, चंदू सोनार सगळे दिसत आहेत. वाद्यांचा आवाज वाढत जातो. एक उंच गुढी दिगंबर भटजीने तोलून धरलीय. सगळा जमाव उत्साहाने पुढे पुढे सरकू लागतो.

●●●

मिरवणूक पुढे पुढे सरकत विजय स्तंभाजवळ येते आहे.

“आला आला, खांब आला”

“मानाची गुढी पुढे घ्या”

“ए लहान पोरांनी मागे सरका रे”

“हा अशी विजयस्तंभाजवळ ठेवा”

असे असंख्य आवाज ऐकू येऊ लागतात. सगळेजण स्तंभापाशी थांबतात. दिगंबराच्या हातामधली मानाची गुढी स्तंभाशेजारी ठेवली जाते. एकदोघे जण दोरीने ती स्तंभाजवळ बांधतात. सुवासिनी तबक पंचपात्र गुढीच्या पायाशी ठेवतात. तिथे अगोदरच रांगोळी काढलेली आहे. दिगंबरची आणि पत्रे सावकारांची बायको पुढे पुढे करताना दिसतात. सगळेजण कीर्तनकारांना जागा देऊन पुढे येऊ देतात.

दिगबंर : (कीर्तनकाराला) गुढीची पूजा करा महाराज ऽऽ
(कीर्तनकार गुढीला गंध फुलं वाहतात. मग पत्रे सावकार, मग दिगंबर भटजी, मग गुरुजी असा क्रम सुरू होतो. गुरुजींच्या मागे असलेल्या केशव भटजींकडे कोणाचेच लक्ष नाही. बाजूलाच नारायण भटजी आणि त्यांची बायको तसेच हणमंतही आहेत. केशव भटजी पूजा सुरू करतात. इतक्यात पत्रे सावकार ओरडतात.)

पत्रे सावकार : थांबा
(सगळीकडे शांतता पसरते. केशव भटजींचा हात थबकतो.)

पत्रे सावकार : अशा शुभकार्यात येऊन गंध फुलं वाहण्याची तुझी हिंमत कशी - झाली रे केशवा? जनाची जाऊ दे ऽऽ मनाची तरी लाज नाही वाटली तुला?

केशव : लाज कोणाची काढता पत्रे सावकार?

पत्रे सावकार : तुझीच. अजून कोणाची.

केशव : हे बघा सावकार. हा गुढीपाडवा म्हणजे सगळया पैठणचा सण आहे. तुमच्या घरचं खासगी कार्य नव्हे. सगळया गावासमोर असा अपमान करता? आम्ही काय तुमच्या तीर्थरूपांच्या श्राद्धाला आलो की काय?

पत्रे सावकार : तीर्थरूप कोणाचे काढतोस रे नालायका? सणाला येणं वेगळं आणि गंध फुलं वाहणं वेगळं.

केशव : कां? का नाही वाहायची गंध फुलं आम्ही? एवढे बहिष्कृत आणि धर्मभ्रष्ट कधीपासून झालो आम्ही?

पत्रे सावकार : तू जन्मजात धर्मभ्रष्ट आहेस हे विसरू नकोस. तुझी पात्रता नसताना या धर्मयोद्ध्यांच्या बरोबरीने उभा राहतोस आणि वर मुर्दाडासारखा मला प्रतिप्रश्न विचारतोस ?

केशव : कां? आम्हाला प्रश्न विचारायचीही बंदी आहे काय या लोकशाहीमध्ये?

पत्रे सावकार : अरे लोकशाही असली तरी तू किरवंत आहेस हे विसरू नकोस. गोरगरिबांना लुबाडणाऱ्या तुझ्यासारख्या दलालाची एवढी मजल? गंध फुलं वाहतोस तू?

केशव : (त्वेषाने) किरवंत? सगळया गावासमोर मला असे हिणवतात? किरवंताची काय मजल असते हे तुम्हाला ठणकावून सांगेन एक दिवस पत्रे सावकार. तुमच्या या अहंकाराच्या सावलीत एक क्षणभरही थांबण्याची इच्छा नाही माझी. ए हणमंता ऽऽ चला रे निघा.

(केशव, आणि चार ते पाच जण रागारागाने तिथून निघून जातात. भान्या चक्रावल्यासारखा उरलेल्या जमावाकडे बघत राहतो.)

●●●

दृश्य क्रमांक : ६२ **सकाळ/नाथघाट**

भान्या भिजल्या अंगाने नदीपात्रातून बाहेर येतो. चड्डीच्या खिश्यातनं नाणी काढून चाळणीत टाकतो. चाळणीतल्या नाण्यांच्या ढिगाकडे बघत, चाळण वर खाली हलवून नाणी चाळणीत आपटत राहतो. नाण्यांचा आवाज ऐकत राहतो. इतक्यात त्याची नजर समोर जाते. तर त्याच्याकडे हसत बघत उभे असलेले मामा, मामी, गरोदरपणामुळे जडावलेली शकू, शकूचा नवरा, शांता आणि विठ्ठल दिसू लागतात. शकूला बघून भान्याच्या आनंदाला पारावार राहत नाही. तो धावत जाऊन निष्पापपणे शकूच्या कमरेला मिठी मारतो. शकू मायेने त्याच्या केसांवर हात फिरवते.

●●●

दृश्य क्रमांक : ६३ **रात्रीची वेळ/भान्याचं घर**

(घराच्या ओसरीवर भान्या, शांता, विठ्ठल, निवृत्ती, हेमा, मंदाकिनी, मामा, मामी, शकू, शकूचा नवरा सगळे कोंडाळं करून गप्पा मारत बसलेले दिसतात.)

हेमा : तुला आता काय होणार गं?

मंदाकिनी : पोरगा की पोरगी?

मामी : अगं ते आत्ताच कसं सांगता येईल.

भान्या : कायपण होऊ देत. काय फरक हाय घे पोरगा आणि पोरगीमध्ये?

(मामा, मामी, विठ्ठल, शांता सगळेच हसू लागतात. मामी मायेने भान्याला कुशीत घेते.)

●●●

पत्रे सावकारांचा वाडा दिसू लागतो. वाड्याच्या बाहेर छोटासा मंडप घातलेला आहे. पत्रे सावकाराच्या पत्नी आणि आत्याबाई या दोघी काही काम करण्यात गुंग आहेत. पत्रेसावकार आणि दिगंबर झोपाळयावर बसलेले आहेत. एका कोपऱ्यात तुकाराम न्हावी सावकाराच्या पोराची कटिंग करतो आहे. दुसऱ्या बाजूला छातीशी चाळण धरून बसलेला भान्या सगळयांकडे टकामका बघतो आहे. सावकाराचा पोरगा स्वतःशीच काहीतरी पुटपुटतो आणि ते ऐकल्यावर तुकाराम न्हावी धक्का बसल्यासारखा हातातला वस्तरा थांबवून त्याच्याकडे आश्चर्याने बघत बोलतो.)

तुकाराम : अहो सावकार ऽऽ ऐकल कां तुमचा कुलदीपक काय म्हणतो ते? लग्न करायचं नाही, बोहल्यावरून पळून जाईन म्हणतो ऽऽ (हातामधली भांडी जमिनीवर दाणकन आपटत सावकारीण बाई सावकारांच्या पाठोपाठ मंडपात येतात.)

सावकार : नालायक लाज वाटत नाही तुला? दोन दिवसांवर लग्न आलंय आणि असं अभद्र बोलतोस?

(सावकारीण बाई जमिनीवर पडून छाती बडवून घ्यायला लागतात.)

सावकारीण : विठ्ठला ऽऽ काय म्हणावं या कर्माला? मला उचलून का नेत नाहीस रे पांडुरंगा?

सावकार : (किंचाळत) जरा गप्प बसा हो तुम्ही. काय मयत झालंय काय घरात गळा काढायला? काय रे नालायका? आकडा लावून झाला, बिड्या फुंकून झाल्या, देशी दारू पिऊन रस्त्यावर पडायचास. कुत्रं विचारत नव्हतं तुला लग्नाच्या बाजारात. या आत्याबाईंच्या मध्यस्थीने कुठली कोण गरिबाघरची पोर तयार झालीय लग्नाला, तर तुझी ही थेरं? तुझं कंबरडंच मोडतो भोसडीच्या ऽऽ

(सावकार पोराची कॉलर पकडून त्याच्यावरती लाथ उगारतात. तर आत्याबाई आणि दिगंबर मध्ये पडून पोराला वाचवतात. भान्या हे सगळं आश्चर्याने बघत राहतो.)

•••

दृश्य क्रमांक : ६५ **दिवस/पैठणची बाजारपेठ**

Montages

१) भान्याच्या घरचे आणि शकूच्या घरचे असे सगळेजण बाजारपेठेतून फिरताना दिसतात.

२) कपड्याच्या दुकानात काही खरेदी करतात. शांता गल्ल्यावर पैसे देते. दुकानाच्या समोर लहान मुलांची खेळणी आणि बाहुल्या मांडलेल्या आहेत. भान्या एक बाहुली घेतो. त्याचे पैसे दुकानदाराला देतो, आणि ती बाहुली शकूच्या हातात देतो.

३) मुलाण्याच्या हॉटेलमध्ये सगळेजण भजी खातात आणि चहा पितात. भान्या ऐटीत बिल द्यायला जातो. मुलाणी भान्याने गल्ल्यावर ठेवलेले पैसे परत त्याच्या शर्टाच्या खिशात टाकतो, आणि म्हणतो
राहू द्या हो भान्याशेठ. आज तुमच्याकडनं पैसे नाही घेणार.
(सगळेजण भान्याची वट बघत राहातात.)

४) चंदू सोनारच्या दुकानात सगळे उभे आहेत. शांता हातामधली चांदीची बुगडी शकूला दाखवते आणि खुणेनेच शकूला पसंत आहे का असे विचारते.

शकू : आत्ती ऽऽ कशाला उगाच खर्च करता?

शांता : राहू दे गं. तुझ्या लग्नात मला मनासारखं काय करताच आलं नव्हतं.

(शांता चंदू सोनाराला पैसे देऊ लागते. चंदू सोनार जुन्या विटक्या नोटा मोजतो आणि दोन्ही हातांचे पंजे दाखवून, अजून दहा रुपये असे खुणेने सुचवतो. शांता गडबडते तसा भान्या पुढे होतो. पाचची चुरगुळलेली नोट चड्डीच्या खिश्यातून काढून चंदू सोनाराच्या हातात ठेवतो, आणि बाकीचे नंतर अशी खूण करतो.)

●●●

दृश्य क्रमांक : ६६ **रात्र/भान्याचं घर**

(सगळे झोपलेले. भान्या शकूच्या आणि तिच्या नवऱ्याच्या मध्ये झोपलेला आहे.)

शकूचा नवरा : (मिश्कीलपणे) शकू ऽऽ खरं सांग तुला काय पाहिजे. पोरगा की पोरगी?
(शकू लाजून गालात हसते. आणि मान हालवते.)

शकू : मला सांगू काय पाहिजे ते? भान्यासारखा हुशार पोरगा माझ्या पोटी जन्माला आला पाहिजे.

(शकू गोड हसत भान्याच्या डोक्यावर मायेने थोपटते.)

●●●

दृश्य क्रमांक : ६७ **दिवस/पत्रे सावकारांचा वाडा**

पत्रे सावकारांच्या वाड्यासमोरचा छोटासा मंडप दिसू लागतो. काही मोजक्या आणि प्रतिष्ठित लोकांच्या साक्षीने पण साध्या पद्धतीने पत्रे सावकारांच्या पोराचा पार पडणारा विवाह सोहळा दिसू लागतो. जमलेल्यांमध्ये कीर्तनकार, दिगंबर, आत्याबाई, भान्या, किरकिऱ्या, शांता आणि पिराजी तसेच इतर काही नागरिक दिसतात.

●●●

दृश्य क्रमांक : ६८ सकाळ/भान्याची शाळा

(गुरुजी वर्गात सगळयांचे प्रगतिपुस्तक वाटतात. मुलं-मुली आपापल्या प्रगतिपुस्तकातले मार्क वाचण्यात गुंग आहेत. गुरुजी फळयासमोर येतात.)

गुरुजी : तुमच्या वगार्चा शंभर टक्के निकाल लागलाय. त्यामुळे तुमचं सगळयांचं अभिनंदन.
गोदावरीच्या पात्रात चाळण बुडवून बुडवून भान्या वर्गात तिसरा आलाय. आणि विशेष म्हणजे किरकिऱ्यासारखा दगडसुद्धा सगळ्या विषयात पास झाला आहे. असंच यश भविष्यात मिळवा आणि चांगले नागरिक म्हणून मोठं नाव कमवा. उद्यापासून उन्हाळयाची सुट्टी. कोण मामाच्या गावाला जाईल. कोण मावशीला भेटायला जाईल. थोडा वेळाने शेवटच्या प्रार्थनेसाठी पटांगणात या. मात्र जास्त दंगा करू नका.
(पोरं आज्ञाधारकपणे माना हलवतात. आणि उजवा हात सलाम ठोकल्यासारखा कपाळावर घेऊन एका सुरात ओरडतात.)

सगळेजण : एक साथ नमस्ते.
(गुरुजी बाहेर जातात. तसे भान्या आणि किरकिऱ्या चपळाईने येऊन टेबलावर उभे राहतात. सगळी मुलं-मुली आता या दोघांचा नवा आचरटपणा बघायला मिळणार म्हणून उत्सुकतेने आणि स्तब्धतेने बघत राहतात.)

किरकिऱ्या : अब शो शुरू होने का टाईम आ गया.

भान्या : अब इंतजार की घडी खतम.

किरकिऱ्या : (दोन्ही हात जोडतो) भाईयों और बहनों.

भान्या : (दोन्ही हात जोडतो आणि गोरक्षकडे बघून बोलतो) मेरी चड्डी पेहेनो.

(सगळी पोरं खळाळून हसतात. तसा भान्या चेकाळल्यासारखा एक हात तिरका करून डान्सची पोझिशन घेतो आणि नाचत भसाड्या आवाजात गाऊ लागतो.)

भान्या : अरे रोटी कपडा और मकान
आमच्या गुरुजींचं बाहेर दुकान

(सगळी मुलं एका सुरात नाचत गाऊ लागतात. मुली मात्र आश्चर्याने स्तब्ध उभ्या असतात.)

सगळेजण : रोटी कपडा और मकान
आमच्या गुरुजींचं बाहेर दुकान

(व्हरांड्यात येऊन वर्गाच्या खिडकीच्या चौकटीवर दोन्ही हात ठेवून गुरुजी रागाने बघत आहेत. हे कोणालाच माहित नाही. अचानक सगळ्या पोरांचं लक्ष जातं तसं ते सगळेजणं चिडीचिप होतात. भान्या आणि किरकिऱ्या त्यांच्याच नादात नाचत आहेत. एकदम शांतता झाल्याचे लक्षात आल्यावर दोघंही दचकून उभे राहतात. आणि त्यांना खिडकी बाहेरचे गुरुजी दिसतात. भान्या आणि किरकिऱ्या मान खाली घालतात. स्तब्धता. कॅमेरा व्हरांड्याच्या एका कोपऱ्यातून गुरुजींवर रोखला जातो. गुरुजी खिडकीच्या चौकटीवरचे दोन्ही हात काढतात आणि शांतपणे कॅमेऱ्याच्या दिशेने चालू लागतात, तर पाठोपाठ पोरं खिडकीतून माना बाहेर काढून पाठमोऱ्या गुरुजींकडे बघू लागतात. गुरुजी चालता चालता अत्यंत मन लावून स्वतःशीच गुणगुणत असतात.)

गुरुजी : अरे रोटी कपडा और मकान
आमच्या गुरुजींचं बाहेर दुकान

(वर्गात परत पोरं कमरेचा मणी तुटल्यासारखी नाचत हैदोस घालू लागतात.)

●●●

दृश्य क्रमांक : ६९ **दिवस/नाथघाट**

सदरहू दृश्य वगळावे अशी लेखकाची सूचना आहे.

(भान्या विधी करण्यात पटाईत आणि सराईत होत असल्याचे सूचित करणारी काही दृश्य दिसू लागतील...)

(A) विधी चालू आहेत. मृताचे नातेवाईक बसलेले दिसतात. गोवऱ्यांवर छोटाश्या पातेल्यात भात शिजत ठेवलेला दिसतो. एखादी बाई पातेल्यामधले भाताचे एक दोन कण बोटावर घेऊन दाबून बघते.

बाई १ : कच्चा वाटतोय अजून.

बाई २ : पाणी कमी पडलं वाटतं.

बाई १ : सुरवातीलाच मापानं पाणी टाकायला पाहिजे होतं.

भान्या : गंगेच्या पाण्यात भात शिजत नाही चांगला.

(सगळे बघत राहतात.)

(B) विधी सुरू आहेत. भान्या सूचना देतोय.

भान्या : भाताचं पातेलं उतरून खाली ठिवा. सगळा भात त्या ताटात वता. तिन्ही काड्यांजवळ कणकेचे शेंगुळे अन् त्यावर चिमटे ठिवा. त्यावर थोडा गूळ टाका. भात वाढा. भाताभोवती पाणी फिरवा, हात जोडा.

(समोरची व्यक्ती तसं करत जाते.)

भान्या : जे वारले त्यांचं नाव घ्या.

व्यक्ती : सोमनाथ दादासाहेब अरकडे.

भान्या : हे कणकेचे गोळे रांगेने ठिवा. बाजूला शेंगुळे मांडा. तीळ आणि पाणी सोडा. डोकं टेकून दरशन घेऊन बाजूला व्हा. इच्छाशक्तीनं दक्षणा ठिवा.

(C) विधि सुरूच आहेत. भान्या सूचना देतोय.

भान्या : चला, सगळे या, एकेक दर्शन घ्या. ज्यांचे वडील जिवंत आहेत
त्यांनी असं पाणी घालायचं. ज्यांचे वडील स्वर्गवासी झालेत
त्यांनी असे अंगठ्याकडून पाणी घालायचं. इच्छेप्रमाणे अस्थीवर
दक्षणा ठेवा. आणि हो. त्यांना काय काय आवडायचं?
(सगळे एकमेकांच्या तोंडाकडे बघायला लागतात.)

भान्या : बिडी-काडी, चहा, जिलेबी, दवा-दारू, कांदा भजी?

दोघेजण : हां हा भजे आवडायचे त्यांना.
(भान्या खिशातून भज्याची पुडी काढतो आणि भजी समोर
ठेवतो. सर्वजण दर्शन घेऊ लागतात.)

भान्या : आता सगळे दूर सरका. पिंडाला कावळा शिवला की अस्थी
आणि पिंड विसर्जन झालं की संपला विधी.
(सगळे दूर सरकतात. कावळे दचकत दचकत पुढे येतात आणि
पिंडाला चोच मारून जातात. काही नातेवाईक हंबरडा फोडून
रडू लागतात.)

भान्या : चला आता अस्थी आणि अश्मा ताटात ठेवा. सगळे पैसे टाका
त्यात. अस्थी आणि अश्म्याचं गंगेत विसर्जन करायचं. मग
संपलं सगळं.
(संबंधीत लोकं ताट उचलून नदीच्या दिशेने जाऊ लागतात.)
(D) संबंधित व्यक्ती पाण्यात उभ्या आहेत.

भान्या : या पुढं. असं उभं रहा. इकडं वरलाकडं तोंड करा. वडलांचं
नाव घ्या. उजव्या खांद्यावरून मागं न बघता अस्थी पान्यात
सोडा.

(ती लोकं सांगेल तसं करत जातात. भान्या त्याची चाळणी तयार ठेवतो.
पाण्यात नाणी पडतील तसा आवाज ऐकत राहतो. भान्या चाळणी पाण्याबाहेर
काढतो. अश्मा आणि अस्थी बाजूला फेकतो. पैसे चड्डीच्या खिशात टाकून
पाण्याबाहेर येतो.)

●●●

दृश्य क्रमांक : ७० **दिवस/धर्म परिषदेची जागा**

(तिन्ही बाजूंनी पायऱ्या उतरत येणारी धर्मपरिषदेची जागा दिसते. मागे गोदावरीचं वाहणारं पात्र दिसतंय. दूरवर जायकवाडीच्या धरणाची भिंत दिसतेय. नारायण, हणमंत, केशव या तिघांची एक मिटिंग सुरू होणार आहे. दीपमाळेच्या दगडी बाधंकामाला टेकून केशव भटजी ऐसपैसपणे बसलेले दिसतात. लांबून पायऱ्या उतरून नारायण आणि हणमंताला सोबत घेऊन येणारा नाम्या दिसतो. ते तिघे जवळ येतात तसे केशवने खुणावताच नाम्या थोड्या दूर अंतरावर पण आवाज ऐकू येण्याच्या टप्प्यामध्ये उभा राहतो.)

नारायण : हे बघा ऽऽ केशवपंत. काही दगा फटका असेल तर मी असाच मागे फिरेन.

केशव : एकमेकांची धोतरं फेडायचे हे धंदे बंद करायचे म्हणून तुला मी बोलावलंय. विश्वास असेल तर बस. नाहीतर जा निघून.

(नारायण केशवच्या एका बाजूला बसतो. केशव काही महत्त्वाचे बोलत असल्याचे दिसू लागते. ऐकता ऐकता प्रभावित होऊन हणमंतही केशवच्या दुसऱ्या बाजूला बसतो, आणि गांभीर्याने केशवचे बोलणे ऐकू लागतो. एकंदरीत अविर्भावावरून तिघांचेही कशावर तरी एकमत झाल्याचे दिसू लागते.)

●●●

दृश्यक्रमांक : ७१ **दिवस/नाथघाट**

(रक्षा विसर्जनाचा विधी पूर्ण झालेला एक जमाव निघण्याच्या तयारीत आहे. जमावामधला मुख्य यजमान पुढे होतो आणि खिशातून नोटांची चळत काढून भान्याच्या आणि तुकारामच्या हातावरती ठेवतो. त्याच्याकडे कौतुकाने बघत राहतो. इतक्यात केशव भटजी तडफेने धावत येतात. भान्याच्या हातामधल्या नोटा हिसकावून घेतात.)

भान्या : आता मी काय केलं वो केशव महाराज?
(केशव शांतपणे नोटा मोजतो त्यातल्या अर्ध्या नोटा भान्याला देतो आणि उरलेल्या अर्ध्या स्वतःच्या कनपटीला लावतो. ते बघून तुकाराम चिडतो.)

तुकाराम : हे काय वो केशवपंत? ही कसली लूटमार?

केशव : लूटमार? तुक्या ऽऽ यापुढे तुझ्या हजामतीमधले सुद्धा निम्मे पैसे तू यापुढे आम्हाला द्यायचेस.

(असे म्हणत नारायण भटजी त्याच्या खिशामधल्या नोटा खेचतो. तुकाराम विरोध करू पाहतो तर नाम्या त्याची गठडी वळवून त्याला मातीत फेकतो. तिकडून चाळण सावरत येणारा किरकिऱ्या हे सगळं बघून थबकतो तसा हणमंता त्याला पकडतो. त्याच्या मुठीमधला सोन्याचा दागिना काढून घेतो. दोन्ही चिमटीत पकडून वरती बघू लागतो, आणि पाशवी आनंदाने हसत राहतो. चिडलेले भान्या आणि किरकिऱ्या हातामधल्या चाळणींनी हणमंतावर हल्ला करू पाहतात तर नाम्या दोघांनाही गचांडीला नेऊन फरफटत खेचू लागतो. समोरून शांता धावत येते. सोबत हेमा आणि मंदाकिनी सुद्धा आहेत. शांता मातीत पडलेल्या भान्याला मिठीत घेऊन रडू लागते. तशा दोन्ही बहिणीही भोकांड पसरतात.)

●●●

दृश्य क्रमांक : ७२ **दिवस/जॅकवेल**

(जॅकवेलच्या जवळच्या थोड्याशा सपाट जागेवरती नेहमीचं कोंडाळं पत्त्यांचा डाव टाकून कुचाळकी करत बसलेले दिसते. त्यात शहाजी भगत, पिराजी, तुकाराम न्हावी आणि सदाशिव असे सगळे दिसू लागतात. इतक्यात एका बाजूने भान्या पिऱ्या दादा ऽऽ पिऱ्या दादा ऽऽ असे ओरडत आणि धापा टाकत येताना दिसतो. इतक्यात सगळयांचे लक्ष जवळ येऊन पोहोचलेल्या गुरुजींकडे जाते. तसे सर्वजण गडबडीने पत्त्याचा डाव लपवतात.)

पिराजी : काय रे भान्या काय झालं?

भान्या : पत्रे सावकाराचं वाईट झालं. पिऱ्या दादा लई वाईट झालं.

तुकाराम : अरे काय झालं ते तरी सांग? का हो गुरुजी काय झालं पत्रे सावकाराचं?

गरुजी : होय, मलाही आत्ताच कळलंय, नवरा-बायको-मुलाला आणि नव्या सुनेला घेऊन देव देव करत फिरत होते. मिळेल त्या गाडीनं महाराष्ट्रभर. तिकडे वणी पांढरकवड्याजवळ टेम्पो घसरला उतारावर, बाकीच्यांना काही लागलं नाही; पण नेमके पत्रे सावकार दरवाज्यातून फेकले गेले दरीमध्ये.

(सगळेजण आश्चर्याने एकमेकांकडे बघत राहतात.)

●●●

दृश्य क्रमांक : ७३ दिवस/केशव भटजींच्या घराची ओसरी

(पांढऱ्या कपाळाच्या आणि भकास चेहऱ्याच्या सावकारीणबाई गुडघ्यांना हाताची मिठी मारून विमनस्कपणे केशवच्या ओसरीवरती बसलेल्या दिसतात. त्यांच्या एका बाजूला नुकताच लग्न झालेला त्यांचा मुलगा आणि दुसऱ्या बाजूला बावरल्या चेहऱ्याची सूनही दिसते. बाजूला एक राखेचं गाठोडंही दिसते.)

सावकारीणबाई : कसा दैवानं उलटा फासा टाकला बघा. होत्याचं नव्हतं - झालं. आत्ता कुठे सुनमुख बघितलं होतं. नातवाच्या दर्शनाची केवढी घाई झाली होती त्यांना, सगळंच विपरीत घडलं की हो? तोंडात पाण्याचा घोट घालण्याचं पुण्यसुद्धा मला मिळालं नाही. कुठल्या जन्मी मी कसलं पाप केलं होतं रे देवा?
(ही त्यांची वाक्य चालू असतानाच पडद्यावरती Black & White दृश्य दिसू लागतील. उतारावर घसरणारा टेंपो, अपघातग्रस्त टेंपोकडे मदतीसाठी धावत जाणारा जमाव, ॲम्ब्युलन्स, स्ट्रेचरवरील मृतदेह, पोलिसांची सायरन वाजवणारी गाडी, हंबरडा फोडणारे पत्रे सावकारांचे कुटुंबीय अशी दृश्य सरकू लागतात.)
(सावकारीणबाई हंबरडा फोडतात. सून त्यांच्या हातावर समजूतदारपणे थोपटते. त्या हळूहळू आक्रोश आवरतात. इतका वेळ केशव भटजी त्या तिघांकडे फक्त ढिम्मपणे बघत असतात.)

केशव : (निर्विकारपणे) गळा काढून गाव गोळा करायची गरज नाही. मुद्याचं बोला सावकारीणबाई ऽऽ

सावकारीणबाई : फाटकातुटका देह इथेपर्यंत आणायची सोय नव्हती म्हणून काळजावरती दगड ठेवून तिकडेच आटोपलं सगळं. माझा

एक लांबचा मावसभाऊ असतो तिकडं म्हणून निभावलं नाहीतर मयत सोबत घेऊन आम्हाला गाव गाठणं काय सोयीचं झालं नसतं.

केशव : रामायण नको सावकारीण बाई ऽऽ

सावकारीणबाई : अंत्यसंस्काराचं झालं ते झालं. आता एवढं अस्थी विसर्जन आणि दशक्रियेचं शास्त्रानुसार पार पडलं म्हणजे मी सुटले.

केशव : (छद्मीपणे) शास्त्राप्रमाणे? अहो धर्मभ्रष्ट माणसं आम्ही, आम्ही कसलं शास्त्र पाळणार?

सावकारीणबाई : असं कसं बोलता केशव गुरुजी? झालं गेलं विसरून जा. दशक्रिया विधी धर्माप्रमाणे व्हायला नको कां?

केशव : धर्माप्रमाणे? कोणत्या धर्माचा दाखला देताय तुम्ही मला? आणि भाऊजी भाऊजी हे काय लावलंय? म्हणजे मीही तुम्हाला वहिनीसाहेब म्हणावं की काय?

सावकारीणबाई : जरा समजून घ्या. झालं गेलं विसरून जा. परवाचा दिवस मेहरेबानी करा आमच्यावर.

केशव : काय जाऊ विसरून? मी मर्तिकवाला आहे हे विसरू? पत्रे सावकारांच्या म्हणण्यानुसार मी जन्मतः धर्मभ्रष्ट आहे हे विसरू? अख्ख्या गावासमोर बेवारशी कुत्र्याला लाथ मारावी तसं गुढीपाडव्याच्या समारंभामधून मला हाकलून लावलं हे विसरू?

सावकारीणबाई : मनाचा मोठेपणा दाखवून चूक पोटात घ्या. हात जोडते. मी पदर पसरते. एवढा धर्म पाळा

केशव : जर मी एवढाच धर्मभ्रष्ट आणि मर्तिकवाला किरवंत असेन तर कोणाचा धर्मसंस्कार पाळायचा आणि कोणाचा टाळायचा, याचा निवाडा मी स्वतःच करेन. आता तुमच्या धन्याच्या राखेचं हे गाठोडं गपगुमान उचलून चालायला लागा नाहीतर त्याला मीच गोदावरीचं पात्र दाखवेन. समजलं? उठा आता.

●●●

दृश्य क्रमांक : ७४

Montages

१) पत्रे सावकाराची बायको, मुलगा, सून तिघेही गुरुजींना आणि आत्याबाईंना काहीतरी सांगताना दिसतात.

२) गरोदरपणामुळे फारच जडावलेली शकू अंगणातून चालता चालता पोटातून जीवघेणी कळ आल्यासारखी वेदनेने विव्हळते आणि आई गं ऽऽ असे ओरडून घराच्या पायरीवर मटकन बसते. तशी मामी धावत येते आणि शकू शकू असे म्हणत तिला मिठीत घेऊन गोंजारु पाहते.

३) सावकारीण, मुलगा आणि सून हे तिघेही वेगवेगळ्या गल्ल्यामधून चिंताग्रस्त चेहऱ्याने चालताना दिसतात. वेगवेगळ्या माणसांना हात जोडून काहीतरी विनवताना दिसू लागतात.

४) रस्त्यावरून एक रिक्शा चाललेली आहे. रिक्शावाला रिक्शा जोरात चालवतो आहे. मागून मामाचा हात रिक्शावाल्याच्या खांद्यावर येतो आणि त्याला जरा हळू या अर्थाने थोपटताना दिसतो. मामाच्या शेजारी जडावलेली शकू आहे. ती मामीचे दोन्ही हात घट्ट पकडून मामीच्या खांद्यावर डोके ठेवून पहुडलेली आहे.

५) पत्रे सावकाराची बायको, मुलगा आणि सून हे तिघेही नाथघाटावर येणाऱ्या जाणाऱ्या लोकांकडे आशाळभूतपणे बघत असताना दिसतात.

६) एका तालुक्याच्या ठिकाणच्या प्राथमिक आरोग्य केंद्राचा
बोर्ड दिसू लागतो. कॅमेरा सरकत आत जातो, तर बाकड्यावर
विमनस्कपणे बसलेले मामा, मामी, आणि शकूचा नवरा
असे दृश्य दिसू लागते. बंद दाराच्या आतून बाळंतवेणांचा
आवाज येऊ लागतो. नर्सेस आणि डॉक्टरची धावपळ
दिसू लागते.

●●●

दृश्य क्रमांक : ७५ **दिवस/जॅकवेल**

जॅकवेलच्या इथे नेहमीच्या पद्धतीप्रमाणे कोंडाळं करून पिराजी, शहाजी, तुकाराम, सदाशिव सगळे पत्ते खेळत बसलेले दिसतात. बाजूने नाम्या येत असतो. पिराजी अभिमानाने सगळ्यांना काहीतरी सांगत असतो.

पिराजी : माझ्या एका बाजूला धाकट्याची बायको आणि दुसऱ्या बाजूला थोरल्याची बायको. दोघींच्यामध्ये मी राजावानी.

शहाजी : काय करत होतास?

पिराजी : पैठणीच्या कारखान्यावरनं चालत येत होतो. थोरली म्हणाली किती चालता तुम्ही? मग मी म्हटलं एकदा असाच सहज चालत चालत औरंगाबादला गेलोतो म्हणून.

तुकाराम : आणि खरं वाटलं का काय त्या बायकांना.

पिराजी : धाकटी म्हंते कशी? ओ रिअली?

शहाजी : मग?

पिराजी : मग मी म्हटलं, व्हय तर? आपलं म्हंजे आसं हाय एकदा डिसाईड म्हंजे डिसाईडेडच?
(सगळे हसू लागतात.)

सदाशिव : ए आरे हासनं सोडा बिनकामाचं. गावात नवीन काय चाललंय आणि तुम्हाला त्याचा पत्ताच नाही.

पिराजी : मिन्स वॉट?

सदाशिव : सावकारणीनं मोठा गेम केलाय. तिच्या मामेभावाला हाताशी धरून नाशिकचे बामण मागवलेत आज सावकाराच्या दहाव्यासाठी.

(सगळे आश्चर्याने एकमेकांकडे बघत राहतात. नाम्या काहीतरी नवीन शोध लागल्यासारखा त्यांच्या मधून अलगदपणे गायब होतो.)

●●●

दृश्य क्रमांक : ७६

Montages

१) केशवभटजी रागारागाने कुठेतरी चाललेले आहेत. सोबत नाम्या चालता चालता काहीतरी त्यांना सांगताना दिसतोय.

२) केशवभटजी अजून तिघा चौघांना काहीतरी तावातावाने सांगताना दिसू लागतात.

३) सगळेजण त्वेषाने आणि संतापाने एकत्रित गटाने चाल करायला निघाल्यासारखे दिसू लागतात.

●●●

(नाथघाटावरती सावकारीण आणि तिची सून मध्यभागी बसलेत. समोर दशक्रियेचा विधी मांडलाय. बाजूला कोंडाळं करून जमाव बसलाय, जमावामध्ये शहाजी, शहाजीची आई, बायको, सदाशिव, सखाराम, दोघांच्याही बायका, शांता, विठ्ठल, आत्याबाई, गुरुजी असे सगळे बसलेले दिसतात. लांबून आक्रमकपणे चालून येत असलेला केशव भटजी आणि त्यांच्या सहकाऱ्यांया जमाव दिसू लागतो. सगळेजण जवळ येतात.)

केशव : काय चाललंय सावकारीणबाई?

आत्याबाई : काय काम काढलं केशव भटजी?

केशव : काय सावकारीण बाई? कुठे लपवून ठेवलंय नाशिकच्या ब्राम्हण मंडळींना?

सावकारीणबाई : येतीलच की इतक्यात.

केशव : धर्मशास्त्र असं आयात करतात का?

सावकारीण : आता तुम्हीच नन्नाचा पाढा वाचल्यानंतर आमच्यासारख्या अडलेल्यांनी काय करावं?

केशव : येऊ द्या तर त्यांना इथ तंगडंच मोडतो एकेकाचं.

आत्याबाई : म्हणजे? तुमच्याशिवाय दुसऱ्या कोणी सुपारीच घ्यायची नाही म्हणा या नाथघाटावर?

केशव : प्रश्न सुपारीचा नाही तर पत्रे सावकाराच्या आत्म्याचा तळतळाट होण्याचा आहे.

सावकारीण : (संतापून उठतात.) ये तळतळाटवाल्या ऽऽ मला नाही गरज तुझी आणि त्या नाशिकवाल्यांची. पत्रे सावकारांच्या आत्म्याला कशी शांती लाभत नाही ते बघतेच.
(सगळेजण दुसऱ्या दिशेला एकदम वळून बघतात तर थोडा अंतरावर विधीचं सामान मांडून ठेवलेलं दिसतंय. भाऱ्याच्या

(समोर हात जोडून सावकाराचा पोरगा नम्रपणे बसलाय आणि भान्या अगदी सराईतपणे विधी सांगण्यात मग्न आहे. सावकाराचा पोरगा भान्याच्या सूचनांचं अनुकरण करताना दिसतोय. संतापलेला केशव भटजी आणि थक्क झालेला जमाव सगळेजण तिकडे चालू लागतात. जवळ येऊन थबकतात.)

केशव : भान्या ऽऽ थांब (भान्या त्यांच्याकडे बघतही नाही. तसे ते त्याच्याजवळ येऊन कमरेवर हात ठेवून उभे राहतात.) भान्या ऽऽ नालायका ऽऽ ही तुझी हिंमत? गोदावरीच्या पात्रात चाळणीने राख भिजवता भिजवता पाच दहा रुपये खिशात घालणं वेगळं आणि धर्मशास्त्राप्रमाणे यथासांग विधी करणं वेगळं. अरे मातंगाच्या पोटचा तू, लाज नाही वाटत तुला असला निर्लज्जपणा करायला?

(बोलता बोलता ते त्याच्या बखोटीला धरून उचलू पाहतात तशी शांता संतापाने पुढे होते आणि केशव भटजीला धक्का मारते.)

शांता : ए ऽऽ केशवभटा माझ्या पोराच्या अंगाला परत हात तर लावून बघ. तुझं ह्या नाथघाटावर धोतरच फेडते, भाड्या चल व्हय मागं.

(सगळा जमाव आश्चर्याने स्तब्ध झालाय. भान्या एकदा शांतपणे केशवभटजीकडे बघतो आणि मग परत विधी सांगू लागतो.)

केशव : भान्या आता बऱ्या बोलानं थांबतोस की नाही ?

(भान्या अत्यंत थंड नजरेने केशव भटजीकडे बघतो आणि विचारतो.)

भान्या : नाय थांबवलं तर?

केशव : तुझी चामडी लोळवेन मी हरामखोरा ऽऽ आरे चड्डीची नाडी नाही बांधता येत तुला आणि तू गरुडपुराणाबरोबर खेळायला चाललास कां काय ?

(भान्या अत्यंत धीरगंभीर आवाजात गरुडपुराणाचा उच्चाार करू लागतो. आता आत्याबाई डाव्या पायातली चप्पल काढून आक्रमकपणे उभ्या राहतात.)

भान्या : सकल देवतासह शिवासी
पुनः नमस्कारोनी आज्ञेसी
मागोविया प्रेतकातसी
प्रार्कतासी आरंभीतो

मरण जे पावले जन
त्यांच्या स्मृतिदिवसापासोन
वर्षापर्यंत कर्म संपूर्ण
अनुक्रमाने सांगिजे

(नाम्या भान्याकडे वळणार तोच आत्याबाई पुढे होतात. पायातली चप्पल काढून त्याला मारू लागतात. बाकी बायका मग हणमंत आणि नारायणवर तुटून पडू लागतात. केशवला काय करावे ते कळत नाही. तो सुन्नपणे तसाच उभा राहतो. शांता पदर कमरेचा खोचते आणि केशवाच्या समोर उभी राहते)

शांता : तुझं गरुडपुराण घाल चुलीत. ते तुझ्या हातात चालतंय तर मग माझ्या पोराच्या हातात का नको? गोरगरिबांच्या पोटावर लाथ मारतोस? बसता उठता एकनाथ महाराजांच नाव घेतोस खरं, त्याच महाराजांनी गंगेचं पानी तहानलेल्या गाढवाला पाजलं होतं हे विसरतोस? तू काय मोक्ष विकायचं दुकान काढलंस काय रे दलाला?

(शांता आता आक्रमकपणे अंगावर येऊन आपल्याला मारहाण करेल या भीतीने केशव भटजी पळ काढतो. बाकीचेही पळतात. सगळीकडे निःशब्द शांतता पसरते, इतक्यात काही अंतरावर येऊन उभा राहिलेल्या एका जीपकडे हेमा आणि मंदाकिनीचे लक्ष जाते. जीपमधली चार पाच माणसं हातामधलं गाठोडं घेऊन खाली उतरतात. त्यामध्ये एक दोन स्त्रियाही आहेत. त्यांचे चेहरे ओळखीचे वाटल्यामुळे दोन्ही बहिणी शांताजवळ जातात आणि आई ऽऽ आई ऽऽ मामा आणि मामी असं तिला सांगू पाहतात. शांता भानावर येते. दादा वहिनी? असं आश्चर्याने उद्गारते. त्याचबरोबर भान्या आणि विठ्ठलही सावध होतात. ते लोक नदी पात्राच्या दिशेने चालू लागतात. तसे भान्या, शांता, विठ्ठल, हेमा आणि मंदाकिनी त्यांच्या जवळ जातात. मामा रडू लागतो. भान्या फाटक्या डोळ्यांनी शकूच्या नवऱ्याच्या हातामधल्या राखेच्या गाठोडाकडे बघू लागतो.

शांता :	दादा ऽऽ काय झालं दादा ऽऽ
मामा :	आपली शकू बाळंतपणात गेली की रे भान्या ऽऽ
	(भान्या हडबडतो. त्याला काहीच सुचत नाही. मामी मटकन मातीत बसते आणि छाती पिटून आक्रोश करू लागते.)
मामी :	भान्या ऽऽ तुझी शकू गेली की रे भान्या ऽऽ लै गुणाची पोर होती गं बाई ऽऽ कधी कुणावर रुसली न्हाई गं बाई ऽऽ कधी बाहुलीसाठी सुद्धा हटली न्हाई गं बाई ऽऽ आता पोटातल्या बाहुलीबरूबर जळून गेली गं बाई ऽऽ अशी कशी माझ्या लेकीची राखरांगोळी झाली गं बाई
	(मामीच्या आक्रोशाच्या पार्श्वभूमीवर भान्या शकूच्या नवऱ्याच्या हाताला धरून नदीपात्रात घेऊन जातो. नवरा राखेचं पोतं खांद्यावर घेतो. भान्या रडवेल्या सुरात "हाऽऽ इकडं तोंड करा ऽऽ, हां आता हळूहळू राख सोडा" असं म्हणत राहील. नवरा यांत्रिकपणे राख सोडत जाईल. चाळण हलवणाऱ्या भान्याचा चाळणीत शकूच्या कानामधली बुगडी सापडते.
	लहान मुलींच्या समूह आवाजामधल्या करुण ओळी ऐकायला येतील.
	झिम्मा गं पोरी फुगडी गं
	पैंजण गं पोरी बुगडी गं
	सांगावा जरा धाडीत जा ऽऽ
	आठवण पोरी काढीत जा ऽऽ
	झिम्मा गं पोरी फुगडी गं ऽऽ
	पैंजण गं पोरी बुगडी गं ऽऽ

(स्तब्ध असलेल्या सगळ्या जमावावरती कॅमेरा फिरत राहील. नदीच्या पात्रामध्ये उभा असलेला भान्या आत्यंतिक वेदनेने रडत राहील. तो त्याच्या हातामधली नाणी आणि शकूची बुगडी असहायपणे नदीपात्रामध्ये सोडताना दिसत राहील.)

समाप्त
●●●

लेखक परिचय

संजय कृष्णाजी पाटील

✦ सध्या राज्य कर उप आयुक्त (Deputy Commissioner of State, GST) या पदावर कार्यरत आहे. तसेच व्यवस्थापकीय संचालक, कोल्हापूर चित्रनगरी महामंडळ या पदाचा अतिरिक्त कार्यभारसुद्धा सांभाळत आहे.

✦ विविध राज्यस्तरीय एकांकिका स्पर्धांमध्ये लेखन, दिग्दर्शन, पार्श्वसंगीत आणि प्रकाशयोजना यासाठी पन्नासहून अधिक पारितोषिके.

✦ गुजरात भूकंपाच्या पार्श्वभूमीवर "फक्त लढ म्हणा" हे नाटक अल्फा गौरव, संस्कृती कलादर्पण, महाराष्ट्र कलानिकेतन, मुंबई मराठी साहित्य संघ, सांस्कृतिक कार्य संचालनालय आणि अखिल भारतीय मराठी नाट्य परिषद यांसारख्या महाराष्ट्रातील प्रतिष्ठेच्या चोवीस पारितोषिकांनी सन्मानित.

✦ श्री. चिंतामणी निर्मित "मायलेकी" हे नाटक मराठी व्यावसायिक रंगभूमीवर गाजले.

✦ "लेझीम खेळणारी पोरं" या कवितासंग्रहाला "तुका म्हणे साहित्य पुरस्कार", "यशवंतराव चव्हाण साहित्य पुरस्कार", "बालकवी ठोंबरे पुरस्कार", कोकण मराठी साहित्य परिषदेचा "आरती प्रभू पुरस्कार" आणि यशवंतराव चव्हाण मुक्त विद्यापीठातर्फे दिला जाणारा अत्यंत प्रतिष्ठेचा असा "विशाखा काव्य पुरस्कार" प्राप्त झालेला आहे. या कवितासंग्रहावर आधारित दोन अंकी प्रायोगिक नाटकाला "सर्वोत्कृष्ट प्रायोगिक" नाटकाचा राज्य शासनाचा पुरस्कार; तसेच म. टा. सन्मान २०१४ आणि "झी गौरव २०१४" सह एकूण ३४ पुरस्कारांनी सन्मानित करण्यात आलेले आहे.

- पटकथा, संवाद, आणि गीतलेखन केलेल्या "जोगवा" चित्रपटाला एकूण ६३ नामांकने आणि ६ राष्ट्रीय पुरस्कारांसहित ४८ पारितोषिके प्राप्त झालेली आहेत.

- पटकथा, संवाद, आणि गीतलेखन केलेल्या "पांगिरा" या चित्रपटाला २४ नामांकने आणि ११ पारितोषिके मिळालेली आहेत.

- संवादलेखन आणि गीतरचना केलेल्या "७२ मैल एक प्रवास" या चित्रपटाला हाँगकाँग येथे झालेल्या "Imffa-२०१४" (International Marathi Film Festival Awards - 2014) सोहळ्यामध्ये ७ पुरस्कारांनी सन्मानित करण्यात आले आहे.

- २६ जानेवारी २०१५ रोजी दिल्लीच्या राजपथावर संचलित झालेल्या आणि महाराष्ट्राचे प्रतिनिधित्व केलेल्या "पंढरीची वारी" या चित्ररथास देशातून प्रथम क्रमांक मिळाला आहे.

- पटकथा, संवादलेखन आणि गीतरचना केलेल्या "दशक्रिया" या चित्रपटाला ३ राष्ट्रीय पुरस्कार प्राप्त झाले असून त्यापैकी सर्वोकृष्ट रूपांतरित पटकथेचा (Best Adopted Screenplay) चा राष्ट्रीय पुरस्कार मिळाला. हा चित्रपट १७ नोव्हेंबर २०१७ रोजी संपूर्ण महाराष्ट्रात प्रदर्शित झाला आणि त्याला रसिकांचा प्रचंड प्रतिसाद मिळाला.

- २६ जानेवारी २०१८ रोजी दिल्लीच्या राजपथावर संचलित झालेल्या आणि महाराष्ट्राचे प्रतिनिधित्व केलेल्या "शिवराज्याभिषेक सोहळा" या चित्ररथास, देशातून प्रथम क्रमांक मिळाला आहे.

- सप्टेंबर २०१८ मध्ये मुंबई येथे पार पडलेल्या भारतातर्फे ऑस्करसाठी पाठवावयाच्या The Best Foreign Language Film या कॅटिगरीसाठी Film Federation of India यांच्यामार्फत सन्माननीय "ज्युरी" म्हणून निवड करण्यात आली होती आणि ती जबाबदारी अत्यंत यशस्वीपणे पार पाडली.